ముత్యాల బంధం

పద్మజ పామిరెడ్డి

Mutyala Bandham

By

Padmaja Pamireddy

Copy Right

Kasturi Vijayam

Published By: Kasturi Vijayam

Published on:Feb2024

ISBN (Paperback): 9788196611637

Print On Demand

Ph:0091–9515054998

Email: Kasturivijayam@gmail.com

Book Available

@

Amazon(Workdwide), flipkart

ముత్యాల బంధం–ఓ భావోద్వేగాల అల్లిక!
శృంగవరపు రచన

మన సంస్కృతిలో ఒక బంధం ఏర్పడే క్రమంలో సమాజ ప్రభావం చెప్పుకోదగిన స్థాయిలోనే ఉంటుంది. ముఖ్యంగా వివాహ బంధం ఈ సమాజ పరిధిలో చాలా బలంగా నిలబడిపోయి ఉంటుంది. వివాహం నుండి స్త్రీ,పురుషులు భార్యాభర్తలుగా, తల్లిదండ్రులుగా మారినప్పుడు బాధ్యతలను తీసుకునే క్రమంలో తలెత్తే ఇబ్బందులు కొన్ని ఉంటే; పెళ్ళి అనేదాన్ని ఒక 'సోషల్ ఎమోషన్'లా భావించి, దాన్ని తమ అవసరాల కోసం వాడుకునే వారి వల్ల వచ్చే ఇబ్బందులు ఇంకో రకం. ఈ వివాహ బంధం లోని అన్ని దృక్కోణాలతో పాటు, మూఢ నమ్మకాలు ఎలా కుటుంబ వ్యవస్థను చిన్నాభిన్నం చేస్తాయో,సమాజంలో ట్రాన్స్ జెండర్స్ పరిస్థితి ఎంత దయనీయంగా ఉంటుందో వంటి విభిన్న అంశాలతో 'కస్తూరి విజయం' సంస్థ 17 కథలతో తీసుకువచ్చిన కథా సంపుటే 'ముత్యాల బంధం.' ఈ కథల్లో ఈ అంశాలు తెలియకుండానే కుటుంబ వ్యవస్థను ప్రభావితం చేసే తీరును చెప్తూనే కొన్నిసార్లు సున్నితంగా హెచ్చరిస్తున్నట్టు కూడా ఉంటాయి.

పెళ్ళి వ్యక్తిగత బంధమే అయినా, ఆ బంధం చుట్టూ రెండు కుటుంబాల భావోద్వేగాలు కూడా బలంగా అల్లుకుని ఉంటాయి.ఆ భావోద్వేగాలను బలహీనతగా మార్చి, అవసరాల కోసం దానిని ఒక వ్యాపార సరుకుగా మార్చుకునే వ్యక్తులనుండి స్త్రీలు తమను తాము కాపాడుకోవాల్సిన అవసరం గురించి స్పష్టం చేసే కథే సౌజన్య రామకృష్ణగారి 'బంధమా?బంధనమా?'. నేడు అంతర్జాల వేదికల్లో దాదాపు అన్ని విషయాలు సులభమైపోతున్నాయి. ప్రేమలు–పెళ్ళిళ్ళు కూడా మాట్రిమోని సైట్ల పేరుతో స్త్రీ,పురుషులు తమకు నచ్చిన వారిని ఎన్నుకునే సౌలభ్యం కూడా సులభమైపోయింది. కానీ ఇక్కడ ఒకరి గురించి ఒకరికి తెలిసే విషయాల్లో నిజానిజాలు ఎంత? స్త్రీలను ట్రాప్ చేయడానికి వారి గురించి తెలుసుకుని, వారి బలహీనతలకు తాము

బలమవుతాయమన్న భ్రమ కలిగించేలా తమ ప్రొఫైల్ నుండి అన్ని వివరాలు పుట్టించి,వారిని కలిసి అనుమానం రాకుండా వ్యవహరించే మోసం చేసే వారితో జాగ్రత్తగా ఉండాలని స్పష్టం చేసే కథ ఇది. సూటిగా సంభాషణ శైలిలో అలవోకగా రచయిత్రి ఈ కథను రాశారు.

వివాహ బంధం వల్ల కుటుంబం వృద్ధి చెందుతుంది. ఆ కుటుంబం ఏర్పడినప్పుడు కుటుంబ పెద్దల మూఢభక్తి తర్వాతితరాలను కూడా ప్రభావితం చేసి ఎలా మొత్తం వాస్తవాన్ని అర్థం చేసుకోలేని స్థితికి తీసుకువెళ్తుందో స్పష్టం చేసే కథే ఝూన్సి లక్ష్మి జాష్టిగారి 'ఏది ధర్మం?' ఈ మూఢనమ్మకాల వల్ల భార్యాభర్తల మధ్య, తల్లి కూతుళ్ల మధ్య,అత్తా కోడళ్ళ మధ్య విభిన్నత ఉంటే ఎలా అగాధం ఏర్పడుతుందో, మూఢ భక్తిని తల్లి ప్రేమను మించి ఎంచుకున్న కూతురు,అలాగే తమ మూఢ భక్తిని మనవరాలిలో నింపిన నాయనమ్మ, తాతయ్యల వల్ల తల్లి మరణ స్థితిని కూడా అర్థం చేసుకుని కూతురి కథ ఇది. వివాహంలో ధర్మం వేరు,నమ్మకాలు వేరు; నమ్మకాలు మూఢ నమ్మకాలుగా బలపడితే ఆ కుటుంబంలో ఎలా ప్రేమ మాయమైపోతుందో అన్న అంశాన్ని రచయిత్రి విభిన్నంగా ఈ కథలో రాశారు.

ఆదర్శానికి కుటుంబ జీవితాల్లో అడ్డంకి ఏర్పడితే దానిని నిర్మూలించడానికి కూడా వెనుకాడని ఓ ఉపాధ్యాయుడి కథే రావిరేల మహాలక్ష్మిగారి 'రాముడు మాస్టారు.' కొన్ని బంధాలు ప్రేమను పంచుతూ,కుటుంబ సంతోషానికి నెలవుగా మారతాయి.అలా ఉండాల్సిన కొడుకులు దారి తప్పితే ఆ తండ్రి వారికి ఏ శిక్ష విధించాడో ఈ కథ స్పష్టం చేస్తుంది.

భార్యను రాత్రులు వదిలిపెట్టి ఉండలేని భర్త కథ 'సుందరం రహస్యం.' మోణంగి ప్రవీణగారు ఈ కథ రాశారు. మీరు అందరూ ఊహించే కారణం కాదండోయ్! కాసమెరుపుతో చక్కటి ముగింపునిచ్చారు.

వివాహ బంధంలో జీవిత భాగస్వామి తోడుగా లేకుండా పారిపోయినప్పుడు స్త్రీ ధైర్యంగా నిలబడి కుటుంబాన్ని నడుపుతూ,మరలా కొత్త బంధంతో బలం పుంజుకోవడం మంచి పరిణామం అని స్పష్టం చేసే కథే ఎం లక్ష్మి గారి 'బంధం.' భర్త లేని స్త్రీని కష్టాల్లో ఆదుకుంటే ఎలా కొందరు దాన్ని వక్రీకరిస్తారో,ఆ వక్రీకరించేవారికి కూడా ఎన్నో అనైతిక కథలు ఉన్నా,వారు ఆ వక్రీకరణతో ఎలా తమ సచ్చీలత్వాన్ని నిరూపించుకునే ప్రయత్నం చేస్తారో స్పష్టం చేసే కథ ఇది.

విభిన్న లైంగిక ఆసక్తులు కలిగిన వారిని సమాజం సాధారణ మనుషులుగా గౌరవించని విషయం అందరికీ తెలిసిందే. 'ట్రాన్స్ జెండర్స్' పట్ల కుటుంబం,సమాజం

అవమానించే తీరును గురించి,అటువంటి ఓ ట్రాన్స్ జెండర్ ఈ సమాజానికి చివరకు ఏం చెప్పిందో స్పష్టం చేసే కథే శానాపతి(ఏడిద)ప్రసన్నలక్ష్మి గారి 'ముప్వలసప్వడి.'ఈ కథను ఎంతో సున్నితంగా, కన్న తల్లిని పట్టించుకోని కొడుకుల కన్నా, కొడుకుగా పుట్టి కూతురిగా మారిన తన మనసు గొప్పది అని నిరూపించుకున్న మల్లిక కథ ఇది.

మనిషి చేసే మంచి పని అతనికి ఎలా అవసర సమయంలో తిరిగి వచ్చి అండగా ఉంటుందో చెప్పే కథే కొత్తపల్లి రవి కుమార్ గారి 'రామబంటు.' బంధాలు రక్త సంబంధంతో ఏర్పడితేనే కాదు,మానసికంగా ఏర్పడినా సరే అవి ధృడమైన బంధాలే అని చెప్పే కథ ఇది. కష్టకాలంలోనే బంధాల విలువ,మన కోసం ఉండేవారు తెలుస్తుంది అని పరోక్షంగా సూచించే కథ కూడా ఇది.

ప్రేమ బంధం ప్రతి సారి వివాహమనే మలుపే లక్ష్యంగా ఉండనవసరం లేదని చెప్పే కథే బి.నర్సన్ గారి 'మీరా బాయి.' ప్రేమలో ఉండే విలువల వైవిధ్యం గురించి చెప్పే కథ ఇది. కొన్నిసార్లు బంధాల మీద ఏర్పడే అభిప్రాయాలు ప్రేమను ప్రభావితం చేయవచ్చు,కానీ ఇంకొన్నిసార్లు ప్రేమకు విలువ తగ్గిస్తాయేమోనని భావించే బంధాలను మాత్రం కొన్నిసార్లు జీవితంలోకి రానివ్వకుండానే ప్రేమికులుగా ఉండిపోవడంలోనే ఆ ప్రేమ సజీవంగా ఉండే అవకాశం ఉంటుందని చెప్పే కథ ఇది.

వివాహం ద్వారా జన్మించే ప్రేమ,అనుబంధం శాశ్వతం అని భావించి దాని కోసం ఏం చేయడానికైనా సిద్ధపడేవారిని ఎలా జీవితభాగస్వామి పేరుతో మోసం చేయవచ్చో,ఆ పరిస్థితుల్లో ఆ ప్రేమ ఆ మనిషిని నిజంగా ఎలా పిచ్చివాడిని చేస్తుందో స్పష్టం చేసే కథే కొత్తపల్లి రవి కుమార్ గారి 'మానవత్వం బతికే ఉంది.'

డబ్బు సంపాదించే క్రమంలోనూ,జీవితంలో ఎదిగే క్రమంలో వివాహ బంధాన్ని,పిల్లల బాధ్యతను నిర్లక్ష్యం చేస్తే;వచ్చే పరిణామాలు ఎలా ఉంటాయో స్పష్టం చేసే కథే మోనంగి ప్రవీణగారి 'పరిష్కరం.' డబ్బును అవసరాలను తీర్చే మాధ్యమంగానే గుర్తించి,అంతవరకే ఒక గీత గీయగల సామర్థ్యాన్ని అలవర్చుకోలేకపోతే మాత్రం ఆ గీత ఆత్మీయుల మనసులో ఒక విభజన రేఖలా మిగిలిపోతుందని సున్నితంగా హెచ్చరించే కథ ఇది.

ప్రేమ బంధంలో మాధుర్యం నిలిచిపోవాలంటే కొన్నిసార్లు ప్రేమించిన వ్యక్తి జీవిత పరిధిలో ఉండకుండా ఉండాలని చెప్పే కథే శ్రీచరణ్ మిత్ర గారి 'చేర రాని చెలిమి.' ప్రేమించినవారు కష్టంలో ఉంటే ఆదుకోవాలి అనే ఆతురత కలగడం సహజం. కానీ దాని వల్ల కుటుంబపరమైన జీవితాలు కలగాపులగమై ఎలా ప్రేమ మాధుర్యాన్ని హరిస్తాయో చెప్పే కథ ఇది.

వివాహ బంధం అన్నది కేవలం భార్యాభర్తలకు మాత్రమే సంబంధించింది కాదు. కుటుంబంలో పిల్లలు ప్రవేశించాక తల్లిదండ్రులుగా మారాక,ఆ బంధం ఆ పిల్లల మీద చూపే ప్రభావం ప్రాముఖ్యత మరువకూడనిది అని చెప్పే కథే దినవహి సత్యవతిగారి 'పరివర్తన.' ఆ విషయాన్ని విస్మరిస్తే, పిల్లల భవిష్యత్తు దెబ్బ తినే ప్రమాదం ఉందని సున్నితంగా హెచ్చరించే కథ ఇది.

భార్యాభర్తల బంధం కేవలం ప్రేమ మీదే నిలబడదు. అసహనపరిచే అంశాలు ఉన్నాసరే ఆ బంధాన్ని గౌరవించడంలో ఉంటుందని చెప్పే కథే శరకణం.కనకదుర్గ గారి 'ఒట్టేసి చెప్పవా ఇంకొక్కసారి.' వారి బంధంలో ఒకరి మీద ఒకరికి ప్రేమ ఉన్నా,ఏదో ఒక సందర్భంలో ఒకరి మీద ఒకరికి పెత్తనం చేయాలన్న కోరిక కలిగితే అది కూడా తెలియకుండానే వారి మధ్య దూరాన్ని పెంచుతుంది.

"మనసంతా ప్రేమ నిండితే, ఎంత పెద్ద తప్పులైనా, పొరపాట్లయినా చిన్నవిగా కనిపిస్తాయి.

బలహీనమైన బంధాలైనా శాశ్వతమవుతాయి. మనసంతా ద్వేషం నింపుకుంటే ఎంత చిన్న తప్పయినా, పొరపాటైనా, అతి పెద్దగా కనిపిస్తుంది. అత్యంత బలమైన బంధమైనా దూరమవుతుంది..

భార్య భర్తల అనుబంధం సన్నని దారం పోగు లాంటిది. ప్రేమ, అనురాగం, ఆత్మీయత, అభిమానం, గౌరవం అనే సన్నని దారం పోగులతో నిండితే మదపు ఏనుగును కూడా ఆ పోగులతో బంధించవచ్చు.అదే కోపం, ద్వేషం, అసూయ, అనుమానంతో ఉంటే, ఆ సన్నని దారం తెగిపోతుంది. ఎన్ని ముడులు వేసినా ఆ దారం ముడులు తోనే ఉంటుంది.

మనసంతా ద్వేషం నింపుకుంటే ఎంత చిన్న తప్పయినా, పొరపాటైనా అతి పెద్దగా కనిపిస్తుంది. అత్యంత బలమైన బంధమైనా దూరమవుతుంది.మనసంతా ప్రేమ నిండితే ఎంత పెద్ద తప్పులైనా, పొరపాట్లయినా చిన్నవిగా కనిపిస్తాయి. బలహీనమైన బంధాలైనా శాశ్వతమవుతాయి.", అని రచయిత్రి సందర్భానుసారం సారం రాసి,తను చెప్పదలచుకున్న విషయాన్ని ఇంకా సూటిగా చెప్పారు.

భార్యాభర్తల బంధం మీద పితృస్వామ్య వ్యవస్థ ప్రభావం ఎంతోకొంత ఉంటుంది. వయసులో ఉన్నంతవరకు భార్యను,కూతుళ్ళను చిన్న చూపు చూసిన మగవాడు పరిస్థితులు సానుకూలంగా లేని రోజు తప్పక వారి విలువ అర్థం చేసుకుంటాడని స్పష్టం చేసే కథే పర్కపెల్లి యాదగిరి గారి 'శ్రావణి.'

భార్యాభర్తల మధ్య ఉండే బంధంలో ప్రేమ వల్ల వచ్చే పొసెసివ్ నెస్ వల్ల పుట్టే అపార్థాల గురించి రాసిన కథే డా॥ ఎమ్.వి.జె.భువనేశ్వరరావు గారి 'అనూషా యశస్వీయం.' ప్రేమ ఉండే చోటే అనుమానం,అసూయ ఉంటాయని సున్నితంగా చెప్పే కథ ఇది.చక్కటి పల్లెటూరి వాతావరణంతో ఆహ్లాదంగా సాగే కథ ఇది.

భార్యాభర్తల బంధం ఒక అడుగు ముందుకు వేసి తల్లిదండ్రులుగా మారినప్పుడు ముందు ఉన్న బిడ్డ రెండో బిడ్డ వల్ల అభద్రతా భావాన్ని పెంచుకుని,ఎలా తన తోబుట్టువులపై కోపం పెంచుకునే అవకాశం ఉంటుందో చెప్పే కథే ఉప్పలూరి మధుపత్ర శైలజగారి 'జ్ఞాపకాల మేల్కొలుపు.ఇందులో ఒకరు విక్టిమ్ గా మారడం వల్ల అందమైన బాల్యాన్ని కోల్పోతే ;అసూయ-ద్వేషం వల్ల ఇంకొకరు టాక్సిక్ గా మారే ప్రమాదం ఉంది. చక్కటి శైలితో రాసిన కథ.

కల్చరల్ డైవర్సిటీ ఉన్న స్త్రీ-పురుషులు వివాహ బంధంలోకి అడుగు పెడితే ఎదురయ్యే ఇబ్బందుల గురించి సౌజన్య రామకృష్ణగారు రాసిన కథే 'అమెలియా అర్జున్.' భిన్న సంస్కృతుల నడుమ పెరిగిన వారు కలిసి జీవించాల్సి వచ్చినప్పుడు దానిని ముందు అర్థం చేసుకుని,అంగీకరించుకుని,ఒకరికొకరు స్పేస్ మరియు స్వేచ్చ ఇస్తేనే ఆ బంధం బలంగా ఉంటుందని స్పష్టం చేసే కథ ఇది.

ఇన్ని విభిన్న అంశాల కలబోతతో ఈ సంపుటిని తీసుకువచ్చిన 'కస్తూరి విజయం'సంస్థకు,అలాగే ఈ కార్యక్రమంలో భాగమైన రచయితలకు ఈ సందర్భంగా శుభాభినందనలు.

★★★

ముత్యాల బంధం

బంధమా ? బంధనమా ?

సౌజన్య రామకృష్ణ

"ఇంకొకసారి ఆలోచించుకో అపర్ణ. మండపం బుక్ అయిపోయింది. అబ్బాయి, అతని తరపు బంధువులందరికీ పెళ్లి పిలుపులు అందాయి. మన బంధువులని పిలిచాం. ఇంకొక 20 రోజుల్లో నీకూ, అర్జున్ కి వైభవంగా పెళ్లి జరగబోతోంది.ఈ సమయంలో ఇలా అనడం ఎంత వరకూ కరెక్ట్?? ఒక్కసారి ఆలోచించు."

అని చెప్పింది పార్వతి కాస్త కంగారుగా.

"అమ్మా..!! నేను ఆలోచించే ఈ నిర్ణయానికి వచ్చాను. పెళ్లి మండపం బుక్ అయింది అనో, శుభలేఖలు అందరికీ ఇచ్చేశారు, పెళ్లి ఆగితే పరువు పోతుంది అని ఆ అర్జున్ ని పెళ్లి చేసుకోలేను."

"అర్జున్ ని మొదటిసారి కాఫీ షాప్ లో కలిసి మాట్లాడినప్పుడు మంచివాడిగా కనిపించాడు. ఒక వయసు వచ్చాక, ఒంటరి జీవితానికి ఒక తోడు అవసరం. ఆ తోడు భార్య అయితే ఆ అనుబంధం ఎంతో బాగుంటుంది అని చెప్పాడు. పెళ్లి తరువాత జీవితం ఎలా ఉండాలి అనే ఆశ అతని మాటల ద్వారా అర్థం అయ్యింది. నాతో బంధాన్ని అందమైన అనుబంధంగా మార్చుకుందాం అన్నాడు. కానీ అవన్నీ నన్ను పడేయడానికి

చెప్పిన తీపి మాటలే అని అర్థం అయ్యింది. మొదట్లో అతని తీపి మాటలు విన్న నేను అర్జున్ తో నా బంధాన్ని అందమైన అనుబంధంగా మార్చుకోవాలి అని ఆశ పడ్డాను. కానీ ప్రస్తుతం అతని పేరు తలుస్తుంటేనే ఎంత భయంకరమైన అలజడికి లోనౌతున్నానో నాకే తెలుసు.”

అన్నది.

"అంటే..?? ఏమైందే??”

అతను చూడడానికి అందంగా ఉన్నాడు. చదువుకున్నాడు. మంచి ఉద్యోగం చేస్తున్నాడు ఇంకేం కావాలి??” అని అడిగింది పార్వతి.

"అమ్మ ఒక మనిషిలో చూడాల్సింది రూపం కాదు. వారి గుణం. పరిచయానికి ముందు వారు ఎలాంటి వారు ఏంటి?? అనేది. అసలు అర్జున్ పరిచయం అయ్యాక నా జీవితం మారిపోయింది అనుకున్నాను. కానీ నేను చెప్పేది వింటే నువ్వే అంటావు నేను తీసుకున్న నిర్ణయం సరి అయినదే అని, నా అలజడికి అర్థం ఉన్నది అని” అన్నది అపర్ణ.

★★★

ఐదు నెలల క్రితం...

"అపర్ణ, అర్జున్ నిన్ను ఒక కాఫీ షాప్ లో కలుస్తాను అన్నాడు. నువ్వు ఆఫీస్ నుంచి డైరెక్ట్ గా అతన చెప్పే అడ్రస్ కి వెళ్ళిపో.” అన్నది పార్వతి.

"అమ్మ ఇప్పుడే నాకు పెళ్ళి అవసరమా?? కొన్ని రోజులు ఇలాగే ఒంటరిగా, ప్రశాంతంగా ఉండనియ్యవా?? చక్కగా ఉద్యోగం చేసుకుంటూ, ఎవరి జోలికి పోకుండా హాయిగా ఉన్నాను. ఎందుకమ్మా నన్ను పెళ్ళి అనే బంధంలోకి పంపాలను కుంటున్నావు??” అని అడిగింది అపర్ణ.

"అలా కాదమ్మా! మీ నాన్న చనిపోయిన తర్వాత నీ బాధ్యత నేనే తీసుకున్నాను. నేను కష్టపడి నిన్ను చదివించాను. మీ నాన్న మనకి ఇచ్చిందే కాకుండా నేను సంపాదించింది నీకే ఇవ్వాలి అని అనుకుంటున్నాను. నీకు వైభవంగా పెళ్ళి చేసి నాకున్న పెద్ద బాధ్యత తీర్చుకుని నీకు పుట్టబోయే పిల్లలతో ఆడుకుంటూ కాలం గడపాలనుకుంటున్నాను.” అన్నది పార్వతి.

"అమ్మ ఇప్పుడే కదా జాబ్ లో జాయిన్ అయ్యాను. ఇంకో రెండేళ్ళు ఉద్యోగం చేసి అప్పుడు పెళ్ళి చేసుకుంటాను, ప్లీజ్ కాదనకు. ఇప్పుడే పెళ్ళి, పిల్లలు అంటే ఎందుకో భయంగా ఉంది.” అన్నది అపర్ణ.

"ప్రతీ ఆడపిల్ల 'పెళ్లి' పేరు ఎత్తితే కాస్తో కూస్తో భయపడడం సహజం. కానీ ఏ వయసులో జరగాల్సిన ముచ్చట ఆ వయసులో జరగాలి ఆలోచించు. ఎన్నో మ్యాట్రిమోనీలు చూసి, ఎంతోమంది నుంచి సెలెక్ట్ చేస్తే అర్జున్ కీ నీకూ జాతకాలు కలిశాయి. మీ ఇద్దరు కలిసి మాట్లాడుకోండి. అంతా బాగుంటే మిగతాకార్యక్రమాలు ఒక్కొక్కటిగా మొదలుపెట్టొచ్చు. నా మాట కాదనకమ్మ" అని చెప్పింది పార్వతి రిక్వెస్ట్‌గా.

"నేను ఎంత చెప్పినా నువ్వు నన్ను ఇంటి నుంచి తోలేయాలని ఫిక్స్ అయిపోయావుగా, అబ్బాయికి నా నెంబర్ పంపించు. నేను వెళ్లి కలుస్తాను" అని చెప్పింది అపర్ణ.

★★★

ఆ రోజు సాయంత్రం కాఫీ షాప్ లో...

"హాయ్ అండి, నా పేరు అర్జున్. మీరు ఫొటోలో చూడడం కంటే నేరుగా ఇంకా చాలా అందంగా ఉన్నారు. యు ఆర్ లూకింగ్ బ్యూటిఫుల్" అని తాను పరిచయం చేసుకున్నాడు అర్జున్.

"థాంక్యూ సో మచ్. నా పేరు అపర్ణ. నేను సాఫ్ట్‌వేర్ ఎంప్లాయ్ ని. గచ్చిబౌలిలో నా ఉద్యోగం, ఉండేది మెహదీపట్నం లో" అన్నది.

"అయితే మనం పెళ్లి చేసుకున్న తర్వాత గచ్చిబౌలిలో ఒక పెద్ద ఫ్లాట్ తీసుకుందాం. నా జాబ్ కూడా గచ్చిబౌలిలోనే" అని అడిగి...

"కావాలంటే మీ అమ్మగారు కూడా మనతో కలిసి ఉండొచ్చు. కానీ మా అమ్మ నాన్న మాత్రం మనతో ఉండకపోవచ్చు, ఎందుకంటే వారు ఉండే ఊరు వదిలి రారు. పల్లెటూరి వాతావరణం అలవాటు పడ్డవారు ఈ సిటీలో ఉండాలంటే కష్టమే కదా??" అని అన్నాడు నవ్వి.

అతని నవ్వు చూసి.. అలానే కాసేపు ఉండిపోయి...మళ్ళీ తేరుకుని..

"నిజంగా మీ మాట నమ్మొచ్చా?? అమ్మ కూడా నాతో ఉండడానికి మీరు ఒప్పుకుంటున్నారా?? అదీ మనం కలిసిన ఈ మొదటి రోజే ఈ మాట చెప్పేస్తున్నారా??" అని అడిగింది ఆశ్చర్యంగా అపర్ణ.

"ఎందుకు అంత ఆశ్చర్యపోతున్నారు?? మీకున్నది మీ అమ్మగారు ఒక్కరే అని తెలుసు. మరి పెళ్లి తర్వాత మీరు నాతో వచ్చేస్తే ఆవిడ ఒంటరిగా అయిపోతారు కాబట్టి

ఆవిడని కూడా మీతో తీసుకొచ్చేసేయండి. మనతోనే కలిసి ఉంటారు. అప్పుడు ఆవిడ ఒంటరితనానికి గురి అవ్వరు. మీ బంధం అలాగే కొనసాగుతుంది" అని చెప్పాడు అర్జున్.

"చాలా థాంక్స్ అండి. అసలు నేను పెళ్లి చేసుకోవద్దు అనుకున్నాను. ఎందుకంటే అమ్మ ఒంటరి అయిపోతుంది అని. కానీ ఇప్పుడు మిమ్మల్ని కలిశాక, మీతో మాట్లాడాక నాకు రిలీఫ్ గా అనిపించింది. మా అమ్మ నాతో ఉంటే ఇంకేం కావాలి. మిమ్మల్ని పెళ్లి చేసుకోవడం నాకు ఇష్టమే" అని చెప్పేసింది అపర్ణ.

అలా మొదటి పరిచయంలోనే అపర్ణ దగ్గర వందకి వంద మార్కులు కొట్టేశాడు అర్జున్.

★★★

"అపర్ణ!! పెళ్లి తరువాత నీతో వచ్చి అలా ఉండడం ఏం బాగుంటుంది చెప్పు?? అబ్బాయి ఏదో మొహమాటానికి అని ఉంటాడు. కానీ ఆడపిల్ల తల్లి కూతురి దగ్గరికి వచ్చి ఉంటే అది ఎంత ఇబ్బందిగా ఉంటుందో నీకు తెలియదు. కావాలంటే మీ అపార్ట్‌మెంట్ లోనే ఇంకో ఫ్లాట్‌లో అద్దెకి తీసుకుని అక్కడే నేను ఉంటాను" అని చెప్పింది పార్వతి.

"అమ్మ ఇదే ఆలోచన నాకు వచ్చింది కానీ అర్జున్ అలా వద్దు అన్నాడు. నువ్వు మాతోనే ఉండాలి అన్నాడు. అర్జున్ అలా చెప్పిన తర్వాత నేను ఈ పెళ్లి నాకు ఇష్టమే అని చెప్పేసాను. కనుక అతని చేసుకోవడం నాకు ఇష్టమే. పెళ్లి చూపులకి పిలుస్తానంటే పిలువు, వాళ్ళ అమ్మ నాన్న నన్ను చూడ్డానికి వస్తారు." అని చెప్పింది అపర్ణ.

★★★

ఇంకో వారం తరువాత అపర్ణకి పెళ్లి చూపులు జరిగాయి.

"ఇది మీ సొంత ఇల్లేనా?? చాలా బాగుంది" అని అన్నది సుశీల ఇంటిని పరిశీలనగా చూస్తూ.

"లేదండి. ఇక్కడ మేము అద్దెకి ఉంటాము. మాకంటూ ఎటువంటి సొంతిల్లు లేదు. కానీ అమ్మాయి పేరు మీద మూడు స్థలాలు ఉన్నాయి. ఒక్కోటి దాదాపుగా 300 గజాలు ఉంటుంది. ఒక్కగానొక్క అమ్మాయి కాబట్టి అవన్నీ తన పేరు మీదే రాయాలి అని అనుకుంటున్నాను."

"అలానే అమ్మాయికి వాళ్ళ నాన్నగారు ఉన్నప్పుడు కొంత బంగారం కొన్నారు. అది కూడా అమ్మాయికే ఇచ్చేస్తాను" అని చెప్పింది పార్వతి.

"అయ్యో నేను కేవలం ఇల్లు బాగుంది, సొంత ఇల్లా అని అడిగాను. మాకు పైసా కట్నం వద్దు. పిల్ల చూడటానికి బంగారంలా ఉంది. ఇక మీరు అమ్మాయికి ఏమైనా ఇచ్చుకోవాలి అనుకుంటే మీరు ఇచ్చుకోండి. అందులో మేము ఏది ముట్టుకోము" అని చెప్పి.. మళ్ళీ

"అయినా పెళ్ళి తర్వాత మీరు ఒకరే ఈ అద్దె ఇంట్లో ఉండడం ఎందుకు?? మేము ఎలాగూ ఆ పల్లెటూరు వదిలి రాము. చక్కగా మీరు అమ్మాయితోనే కలిసి ఉండండి." అని అన్నది సుశీల పార్వతి చెయ్యి పట్టుకుని.

ఆ మాట విన్న తర్వాత పార్వతి ఇంకా అపర్ణ ఒకరి ముఖాలు ఒకరు చూసుకున్నారు.

★★★

ఇంకో రెండు వారాల్లో పెళ్ళి సంబంధాన్ని ఖాయం చేసుకున్నారు. అపర్ణకి అర్జున్ చాలా బాగా నచ్చాడు. అలాగే అర్జున్ అపర్ణనే కాకుండా తన అమ్మ గారి గురించి కూడా ఆలోచించాడని చాలా హ్యాపీగా ఫీల్ అయింది. అతనితో ఎమోషనల్ గా కనెక్ట్ అయింది.

"ఇదంతా నాకు తెలుసు కదే. అర్జున్ బాగున్నాడని చెప్పింది నువ్వే. అతను నీ గురించే కాదు నా గురించి కూడా ఆలోచించాడు అని అన్నావు. పెళ్ళి తర్వాత నన్ను కూడా నీతో ఉండడానికి ఒప్పుకున్నాడు అని చెప్పావు. "

"మరి ఇప్పుడు ఇంత పెద్ద నిర్ణయం తీసుకోవడానికి కారణం ఏంటి?? "అని అడిగింది పార్వతి.

★★★

అమ్మ అసలు అర్జున్ పేరు అర్జున్ కాదు. నా పేరు అపర్ణ ఉంది కాబట్టి దానికి తగ్గట్టుగా అర్జున్ అనే ప్రొఫైల్ ని మ్యాట్రిమోనిలో క్రియేట్ చేసుకున్నాడు. అతని పేరు వరుణ్. అలానే వరుణ్ కి ఇది వరకే పెళ్ళయింది. అతనికి ఒక పాప పుట్టింది.ఆ తర్వాత వరుణ్ కి, తన భార్యకి విభేదాలు వచ్చాయి. విడాకులు తీసుకున్నాడు.

కారణం వరుణ్ అమ్మా,నాన్న మొదట్లో కోడల్ని కూతురులా చూసుకుంటామ అని తీపి మాటలు చెప్పి వరుణ్ కి ఇచ్చి పెళ్ళి చేశారు. కానీ పెళ్ళి తర్వాత ఆమెతో ఇంటి చాకిరీ చేయించడం మొదలుపెట్టారు. వరుణ్ భార్య గర్భవతి అయిన తర్వాత కూడా ఆమెని ప్రశాంతంగా వదల్లేదు.

పెళ్ళికి ముందు మాట్లాడిన తీపి మాటలు అన్నీ కూడా పెళ్ళి తర్వాత మాయమైపోయాయి.

వరుణ్ కి పాప పుట్టేసరికి భార్యని కొట్టాడు. పనిమనిషి కంటే హీనంగా ట్రీట్ చేయడం మొదలుపెట్టాడు. అమ్మాయి అమ్మా నాన్నతో చెప్పి విడాకులకి అప్ప్లై చేసింది.

విడాకుల అయిన తర్వాత అమ్మాయికి భరణంగా కొంత డబ్బు ఇవ్వాల్సి వచ్చింది.

★ ★ ★

ఇది జరిగి ఏడాది గడిచింది.

ఇంకొక పెళ్ళి చేసుకోవాలని మ్యాట్రిమోనీలో ఫేక్ ప్రొఫైల్ క్రియేట్ చేశాడు.

"అపర్ణ పేరు చూసి అతని పేరు అర్జున్ గా మార్చుకున్నాడు. నక్షత్రాల నుంచీ జాతకం వరకు అంతా ఫేక్ చేశాడు. నాకు తండ్రి లేదని తెలిసి కలిసిన మొదటి రోజే నువ్వ నాతో ఉండడానికి ఒప్పుకునేలా మాట్లాడేశాడు. మొదటి రోజే అలా మాట్లాడేసరికి నేను నిజమని నమ్మాను."

"మనం కనీసం వాళ్ళ ఊరు వెళ్ళి వాళ్ళ బ్యాక్ గ్రౌండ్ చూడలేదు. అతని గురించి ఎంక్వయిరీ చేయలేదు. అలాంటి ఆలోచన రాకుండా ఉండేలా వాళ్ళే మనల్ని మాట్లాడనివ్వలేదు. కానీ ఎందుకో ఈ పెళ్ళి కుదిరినప్పటి నుంచీ నాకు నిద్ర సరిగా పట్టట్లేదు."

"ఏదో తెలియని భయం నన్ను వెంటాడడం మొదలుపెట్టింది. ఈ బంధం లోకి వెళ్తే అది నాకు అందమైన అనుబంధంగా మారుతుందా, లేదా బందీ అయిపోతానా??" అని అనిపించసాగింది.

ఈ ఐదు నెలల పరిచయంలో ఒక్కో నెలలో ఒక్కోరకంగా బిహేవ్ చేయడం మొదలుపెట్టాడు అర్జున్.

"మొదట్లో నువ్వ నాతో ఉండడానికి ఒప్పుకున్నాడు. మేము ఉండడానికి ఎన్నో ఫ్లాట్లు చూశాం. కానీ అతనితో కలిసి ఉన్నప్పుడు ఎన్నో ఫోన్ కాల్స్ రావడం అతను మాయం అవడం జరిగేది. ఎన్నోసార్లు నేను అర్జున్ అని పిలిస్తే పలికేవాడు కాదు. చాలాసార్లు ఫోన్ చేస్తే ఎంగేజ్ వచ్చేది. బహుశా అది ఆఫీస్ కాల్స్ అనుకున్నాను."

"ఇదే విషయం మా ఫ్రెండ్ ని అడిగాను. తనకి పెళ్లి జరిగి రెండెళ్లయింది. పెళ్లికి ముందు అబ్బాయి అమ్మాయి ఎంతో ఎక్కువగా టైం స్పెండ్ చేయాలనుకుంటారు. అని అన్నది.

కానీ..అర్జున్ కాస్త డిఫరెంట్ గా ఉన్నాడు. ఫోన్ చేసిన ప్రతిసారి మనం ఉండటానికి ఫ్లాట్ దొరికిందా?? దాని అద్దె ఎంత?? అని ఇవే మాటలు తప్పితే తీపి మాటలు నాకు కనపడలేదు. అతను నాతో ఒక బంధాన్ని అవసరార్థం వాడుకుంటున్నాడా అని అనిపించింది అంటే... ఇలాంటి బంధంలోకి నేను అడుగుపెడితే అది నాకు బంధనంగా మారుతుంది గాని అందమైన అనుబంధంగా ఎలా మారుతుంది అని అనిపిస్తోంది అన్నాను."

"చివరికి కళ్యాణమండపం కూడా తనకి నచ్చినట్టే పెద్దదిగా బుక్ చేయించాడు. పెళ్లి ఘనంగా జరగాలి అని వాళ్ల అమ్మతో చెప్పేలా చేశాడు. మీ అమ్మగారు చెప్పిన స్థలాలు ఎక్కడున్నాయని ఒకసారి అడిగాడు.

నువ్వు వర్క్ చేసేది గచ్చిబౌలిలో కదా ఒకసారి నీ ఆఫీస్ కి తీసుకెళ్ళు అంటే ఇప్పుడు వద్దు అనేవాడు. అంటే నన్ను పెళ్లి చేసుకునేది కేవలం నా వెనకున్నడబ్బుని చూసి, ఆస్తిని చూసి. అంతేకానీ నన్నుచూసి కాదు అని అర్థమైంది. డబ్బు అవసరం కోసం నాతో బంధాన్ని కావాలి అని అనుకున్నాడు."

"అతనిపై నా ఆలోచన కరెక్టేనా అని చాలా ఆలోచించాను. నా ఫ్రెండ్ సలహా అడిగాను. తనకు తెలిసిన ఒక డిటెక్టివ్ ని కలవమని చెప్పింది. ఆ డిటెక్టివ్ కి పది రోజుల క్రిందట అర్జున్ గురించి తెలిసిన డీటెయిల్స్ ఇచ్చాను. అతను అర్జున్ గురించి ఎంక్వయిరీ చేస్తే అప్పుడు తెలిసింది ఏంటి అంటే అర్జున్ కి ఆల్రెడీ పెళ్లయింది. భార్య ఉంది ,పాప ఉంది. విడాకులు తీసుకున్నాడు. ఉద్యోగం లేదు. తల్లిదండ్రులతో కలిసి సిటీలోనే అద్దె ఇంట్లో ఉంటాడు." అని చెప్పాడు డిటెక్టివ్.

"అర్జున్ కి ఇప్పుడు డబ్బు అవసరం. కాబట్టి మరో పెళ్లి చేసుకోవడానికి సిద్ధపడ్డాడు. మారుపేరుతో మ్యాట్రిమోనీలో ఫేక్ ప్రొఫైల్ ఓపెన్ చేసి నన్ను పెళ్లి చేసుకోవాలనుకున్నాడు.

ఆ తర్వాత ఎలా అయినా మన ఆస్తిని అతని పేరు మీద మార్చుకోవాలి అని ప్లాన్ వేశాడు. నిన్ను నా దగ్గర ఉండమన్నది కూడా ఒక పని మనిషిగా అమ్మ. పెళ్లి తరువాత తన అమ్మ నాన్న ని తెచ్చుకుందాం అనుకున్నాడు" అన్నది ఏడుస్తూ.

"అది కాదమ్మా చూడడానికి అంత అందంగా ఉన్నాడు కదా మంచివాళ్ళు అనుకున్నాను. కానీ వాళ్ళు వాళ్ళ గురించి ఎక్కువ ఆలోచించనీయకుండా తీపి మాటలు మాట్లాడారు. పెద్ద స్కీమ్ వేశాడు. నీకు ఒక తోడు కోసం మనం బంధం కావాలనుకున్నాం. కానీ వాళ్ళు అవసరం కోసం బంధాన్ని సాగిద్దాం అనుకున్నారు. అది ఎంత తప్పు. మొత్తానికి నీ తెలివితేటలతో పెళ్లికి ముందే బంధాన్ని తొలగించుకున్నావు. లేకపోతే ఆ మూడు ముళ్ళు పడిన తర్వాత నువ్వు బందీగా మారిపోయే దానివేగా..!!" అన్నది పార్వతి అపర్ణ ని హత్తుకుని.

"అవునమ్మా ఏదైనా మన మంచికే జరిగింది. ఈ పెళ్లి క్యాన్సిల్ చేసుకుంటున్నాను అని మెసేజ్ చేసేస్తాను. అలానే మనల్ని మోసం చేసినందుకు పోలీసులకు కంప్లెంట్ ఇస్తాను." అని చెప్పి ఫోన్ తీసుకాని ముందు పోలీసులకి ఫోన్ చేసి ఆ తరువాత అర్జున్ అలియాస్ వరుణ్ కి మెసేజ్ చేసింది.

"మన పెళ్లి ని క్యాన్సిల్ చేస్తున్నాను మిస్టర్ వరుణ్." అని టైప్ చేసి సెండ్ చేసింది.

మెసేజ్ ని చూసిన వరుణ్ తలపట్టుకుని కూర్చున్నాడు..!!

అతనిని పోలీసులు బంధించి స్టేషన్ కి తీసుకెళ్తారు అనే విషయం ఇంకా వరుణ్ కి తెలీదు.!!

ఏది ధర్మం?
ఝాన్సీ లక్ష్మి జాష్టి

స్టార్ హాస్పిటల్ ఆవరణ మొత్తం మీడియా వాళ్లతో నిండిపోయి ఉంది. తెలుగు రాష్ట్రాల్లో ఉన్న అన్ని చిన్నా, పెద్ద చానల్ల యాంకర్స్, రిపోర్టర్స్, కెమరామెన్ లతో అక్కడ అంతా సందడి సందడిగా ఉంది. అందరికంటే ముందుగా కవరేజ్ మొదలు పెట్టాలనుకున్న ఒక యాంకర్ హాస్పిటల్ ఆవరణ మొత్తం తమ కెమెరాలో చూపిస్తూ, 'ప్రియమైన వై టీవీ వీక్షకులారా ఇపుడు హాస్పిటల్ లో ఉన్న శోభ గారి గురించి మీకందరికీ తెలుసు. కానీ ఆమె గతం మీకెవరికీ తెలియదు. ప్రత్యేకంగా మన వై టీవీ ప్రేక్షకులకోసమే ఈ ఎక్స్‌క్లూసివ్ స్టోరీ. ఇంకెందుకు ఆలస్యం పదండి శోభగారి కథలోకి...

అనగనగా హైదరాబాద్ లో ఒక ఫేమస్ ఏరియాలో, ఆస్తిపాస్తులతో సమానంగా దైవభక్తి కూడా నరనరాల్లో జీర్ణించుకుపోయిన ఒక కుటుంబంలో ...

కౌసల్యా సుప్రజా రామా పూర్వా సంధ్యా ప్రవర్తతే
ఉత్తిష్ఠ నరశార్దూల కర్తవ్యమ్ దైవమాహ్నికం!

వెంకటేశ్వరుని సుప్రభాతం సన్నగా చెవుల పడేసరికి ఉలిక్కిపడి నిద్రలేచింది శోభ. ఎనిమిదో నెల కూడా అడుగుపెట్టడంతో నిండుగా కనిపిస్తున్న పొట్ట మీద చేయి

వేసుకొని జాగ్రత్తగా మంచం దిగి కాలకృత్యాలు తీర్చుకొని స్నానం చేసి వచ్చింది. ఎంత త్వరగా తయారు కావాలనుకున్నా భారంగా మారిన శరీరం అందుకు సహకరించక పోవడంతో శోభ తయారయ్యి కిందకు వచ్చేసరికి పూజ ముగించి హారతి ఇచ్చేస్తోంది సుమిత్ర.

భారంగా అడుగులు వేస్తూ వస్తున్న శోభను చూస్తూనే "పుట్టే బిడ్డ ఆయురారోగ్యాలతో ఉండాలంటే భగవదనుగ్రహం తప్పనిసరి. ఇలా పూజ మొత్తం అయిపోయి ప్రసాదం పెట్టే సమయానికి వస్తే ప్రసాదం తప్ప, ఆ సర్వేశ్వరుని అనుగ్రహం దక్కదు అని ఎన్నిసార్లు చెప్పాలి?" అంది నిరసనగా.

"రాత్రంతా నొప్పులతో సరిగా నిద్రపట్టలేదు అత్తయ్యా" చిన్న స్వరంతో సమాధానమిచ్చింది శోభ.

"ఇదుగో ఇలా సాకులు చెప్పుకుంటూ మన్నుతిన్న పాములా ఎప్పుడూ పడుకొనే ఉంటావనే నిన్ను మీ పుట్టింటికి పంపించలేదు. తల్లి ఎంత చురుకుగా కదులుతూ ఉంటే పుట్టే పిల్లలు కూడా అంత చురుకుగా పుడతారు అని మాతాజీ చెప్పిన సంగతి మర్చిపోయావా? పో వెళ్లి ఆ మూలన కూర్చొని మాతాజీ ఉపదేశించిన మంత్రాన్ని 108 సార్లు పఠించు" అని కసురుకుంది సుమిత్ర.

"రాత్రి తినగానే వాంతి అయింది కదా అత్తయ్యా, బాగా ఆకలి వేస్తోంది. ఏదైనా తిన్న తర్వాత" అంటున్న శోభ మాట పూర్తికాకముందే "హరి హరి! ఎలాంటి వంశంలోకి ఎలాంటి కోడలిని తీసుకొచ్చి పడేశావయ్యా! అందుకే అంటారు పెళ్ళికి ముందు అటు ఏడు తరాలు ఇటు ఏడు తరాలు చూడాలని. పిల్ల ఎర్రగా బుర్రగా ఉంది అని చేసుకుంటే ఇలాగే ఏడుస్తుంది.హవ్వ! కడుపునిండా తిన్న తర్వాత ఎవరైనా మంత్రం జపిస్తారా? పో పోయి ముందు మంత్ర జపం పూర్తిచేసి ఆ తర్వాత ఇష్టం వచ్చినట్లు తిను", అని తీవ్రంగా మందలించాడు సుబ్రహ్మణ్యం.

భర్త నుండి ఏమైనా మద్దతు దొరుకుతుందేమో అని ఆశగా అటువైపు చూసిన శోభకు, తనకేమి పట్టనట్లుగా ప్రసాదాన్ని భక్తిగా కళ్ళకు అద్దుకొని తింటున్న రాహుల్ కనిపించేసరికి, అత్తగారు చెప్పింది చేయడం తప్ప మరోదారి లేదు అని అర్థం అయి నిట్టూరుస్తూ అతి కష్టం మీద కింద ఒక మూలన కూర్చొని జపం చేయడం మొదలు పెట్టింది. 'పసిబిడ్డలు దైవస్వరూపాలు అంటారు, అలాంటి బిడ్డను మోస్తున్న తల్లిని ఇలా ఇబ్బందులు పెడితే ఏ దేవుడు కరుణిస్తాడు వీళ్ళను?' అని ఆక్రోశిస్తున్న అంతరాత్మ నోరు మూసేసి అతికష్టం మీద మంత్రం జపం మొదలు పెట్టింది శోభ.

జపం పూర్తి చేసుకొని పైకి లేవబోతూ కళ్ళు తిరిగి కిందకు పడిపోయింది. ఆ పడటంలో పొట్ట నేలకు తాకడంతో అమ్మా అంటూ ఆ హవేలీ అంతా ప్రతిధ్వనించేలా ఆక్రందన చేసింది. "అయ్యో అయ్యో" అంటూ పరుగున వచ్చి శోభ పరిస్థితి చూసి హాస్పిటల్ కి తీసుకెళ్ళారు.

"ఎమర్జెన్సీ సిట్యుయేషన్, ఆపరేషన్ చేసి బేబీ ని బయటకు తీయాలి. ఆలస్యం చేస్తే తల్లి బిడ్డ ఇద్దరి ప్రాణాలకు ప్రమాదమే, ఈ ఫార్మ్ మీద సైన్ చేస్తే ఆపరేషన్ స్టార్ట్ చేస్తాము" అని చెప్తున్న డాక్టర్ మాటలకు అడ్డు వస్తూ "ఒక్క నిముషం డాక్టర్ గారు ఇపుడే వస్తాం" అంటూ తల్లిదండ్రులను తీసుకొని బయటకు వచ్చాడు రాహుల్. "ఏంటిరా? అక్కడ డాక్టర్ ఆపరేషన్ అంటుంటే నువ్వు ఇలా లాక్కొచ్చావు అంటున్న సుమిత్రతో "అది కాదమ్మా, ఇపుడు నక్షత్రం మంచిదో కాదో తెలుసుకోకుండా ఆపరేషన్ చేయిస్తే ఎలా? అందుకే ఒకసారి మాతాజీ కి ఫోన్ చేసి కనుక్కుందామని మిమ్మల్ని ఇటు తీసుకొచ్చాను" అన్నాడు రాహుల్. "అవునురా మేము ఆ సంగతే మర్చిపోయాము" అంటూ ఆశ్రమానికి ఫోన్ చేసాడు సుబ్రహ్మణ్యం.

అటు వైపు ఫోన్ తీసిన మాతాజీ ప్రధాన శిష్యురాలు, విషయం మొత్తం విని "మాతాజీ యోగనిద్రలో ఉన్నారు,ఇపుడు ఫోన్ ఇవ్వడం సాధ్యపడదు. మీరు ఒక పని చేయండి ముందు ఆపరేషన్ చేయించండి. తర్వాత ఏదైనా దోషాలు ఉంటే మాతాజీ సరిచేస్తారు" అని చెప్పడంతో సంతృప్తి పడి ఆపరేషన్ చేయించడానికి అవసరమైన సంతకాలు చేసాడు రాహుల్.

"ఏమిటే ఈ మూర్ఖత్వం, ఎవరైనా పిల్లలు పుట్టిన టైం మంచిదా, కాదా అని తెలుసుకుంటారు. అంతే కానీ, బిడ్డను ఎత్తుకోడానికి ముహూర్తం, పాలు పట్టడానికి ముహూర్తం ఇలా అన్నిటికి ముహూర్తాలు చూసుకుంటారా? వాళ్ళు అంటే పెద్దవాళ్ళు చాదస్తం అనుకోవచ్చు కానీ మీ ఆయన కూడా వాళ్ళు తానా అంటే తందానా అంటున్నాడు" అంటున్న తల్లితో , "లేదమ్మా, వాళ్ళు నిజానికి చాలా మంచివాళ్ళు. మా పెళ్ళి జరిగినప్పుడు వాళ్ళు ఇలా ఉండేవాళ్ళు కాదు, ఆ విషయం నీకు కూడా తెలుసు కదా!" అంది శోభ.

"మరి ఇప్పుడెందుకు ఇలా మారిపోయారు?" అంది ఇందిర. "పోయిన సంవత్సరం మా మామయ్య ఒక భక్తి సమాజంలో సభ్యుడిగా చేరాడు. ఆయనతోపాటు అత్తయ్యను, మీ అల్లుడిని కూడా ఆ సమాజం కార్యక్రమాలకు తీసుకెళ్లడం

మొదలుపెట్టాడు. అప్పటినుండి ఏ పని చేయాలన్నా ఆ మాతాజీకి చెప్పి కానీ చేయడంలేదు. ఆమె వద్దని చెప్పింది అనే నన్ను పురిటికి పుట్టింటికి పంపించలేదు. మిగతా అన్ని విషయాల్లో నన్ను చాలా బాగా చూసుకుంటారు. అందుకే, నేను కూడా వాళ్ళ మనసు కష్టపెట్టడం ఎందుకు అని వాళ్ళు చెప్పినట్లే చేస్తున్నాను" అంది శోభ.

"ఇదెక్కడి విద్దూరమే తల్లి, మా ఆయన్ని వదిలి ఉండలేను, నెలలు నిండిన తర్వాత వస్తాను అన్నావని మేము కూడా ఊరుకున్నము, కానీ విషయం ఇది అని తెలిస్తే ఎపుడో నిన్ను మనింటికి తీసుకెళ్ళిపోయేదాన్ని. ఇపుడే వీళ్ళ మూఢభక్తికి అడ్డుకట్ట వేయకపోతే రేపటిరోజున నువ్వే బాధ పడాల్సి వస్తుంది" అని హెచ్చరించింది ఇందిర.

"అలా ఏమీ జరగదులేమ్మా, నేను అంతవరకు రానివ్వను" అని దృఢంగా చెప్పింది శోభ. పాపకు మాతాజీ సలహా ప్రకారం శ్రీమహి అని పేరు పెట్టారు. కాలచక్రం గిర్రున తిరుగుతూ రోడ్ ప్రమాదం రూపంలో రాహుల్ ని తనలో కలుపుకుపోయింది. కొడుకు దూరం అవడంతో మనవరాలి మీదే ప్రాణం పెట్టుకొని ఒక్క నిముషం కూడా శ్రీమహిని వదిలి పెట్టలేదు సుమిత్ర దంపతులు. శోభ ఎంత వద్దని చెప్పిన్నా తమతోపాటు పాపని కూడా భక్తి సమాజం నిర్వహించే సమావేశాలకు తీసుకెళ్ళడం మొదలు పెట్టారు.

కూతురు కూడా వాళ్ళలాగానే అన్నిటికి శకునాలు చూడటం మొదలుపెట్టడంతో మనసు చివుక్కుమంటున్నా, పెద్దవాళ్ళను బాధ పెట్టడం ఇష్టంలేక వాళ్ళతో వెళ్ళనిచ్చేది శోభ. కానీ తన దగ్గర ఉన్న సమయంలో మంచి చెడు వివరించి చెప్తూ ఉండేది. కొంతకాలానికి సుబ్రహ్మణ్యం కూడా కాలం చేయడంతో సుమిత్ర ఇల్లు కదలడం మానేసింది. పోనిలే ఇలా అయినా తన కూతురు ఆ సమాజానికి వెళ్ళడం మానుకుంది. ఇక ఆ వయసు పిల్లలు ఎలా ఉంటారో అలా ఆలోచించడం మొదలు పెడుతుంది అని సంతోషపడింది శోభ.

"నానమ్మా, ఇవాళ నువ్వు ఆశ్రమానికి రాలేదు కదా! ఎంత ముఖ్యమైన విషయం చెప్పారో తెలుసా? 2028 లో ప్రపంచం అంతం అయిపోతుంది అని, మన సమాజంలో సభ్యులు అయినవాళ్ళు తప్ప అందరు చనిపోతారు, ఆ తర్వాత సత్య యుగంలోలాగా మనం దేవతలతో కలిసి బ్రతుకుతాము. యమధర్మరాజు మనవైపే చూడడు అని మాతాజీ ఎంత చక్కగా చెప్పారో తెలుసా? నేను అయితే ఆశ్రమం లో చేరిపోతాను అని అగ్రిమెంట్ మీద సంతకం కూడా చేసి వచ్చాను" అని సుమిత్ర దగ్గర గారాలు పోతూ చెప్తున్న తన పెద్దనిమిదేళ్ళ కూతురి మాటలు విని ఒక్క క్షణం శిలలా నిలబడిపోయింది శోభ.

ఆశ్రమంలో చేరిపోతాను అన్న మాటలు చెవుల్లో హోరెత్తిస్తుంటే కూతురు చెయ్యపట్టుకొని లాగి "ఏంటి ఆశ్రమంలో చేరిపోతావా? అసలు ఆశ్రమంలో చేరడం అంటే ఏమిటో తెలుసా నీకు? నీ వయసు ఏంటి, నువ్వు మాట్లాడే మాటలు ఏంటి? నీ వయసు పిల్లలు రాకెట్ల మీద రోదసీలోకి వెళ్లాలని ఉవ్విళ్లూరుతుంటే నువ్వు దేవతలు, యుగాంతం అని మెట్టవేదాంతం వల్లిస్తావా? ఇక నువ్వు కాలేజీ కి తప్ప ఇంకెక్కడికి వెళ్లడానికి వీల్లేదు" అని కూతురిని కట్టడి చేయడానికి ప్రయత్నించింది శోభ.

"నీకు అసలు ఏమీ తెలియదు. అజ్ఞానులు, మూర్ఖులు దైవమార్గంలోకి నడిచేవాళ్ళని ఇలాగే వెనక్కి లాగడానికి ప్రయత్నిస్తారు అని మాతాజీ ముందుగానే చెప్పారు. నువ్వు ఎన్ని చెప్పినా నేను ఆశ్రమంలో చేరడం ఖాయం అని నిక్కచ్చిగా చెప్పి" విసవిసా నడుచుకుంటూ తన గదిలోకి వెళ్లి తలుపులు వేసుకుంది శ్రీమహి.

తన చేతుల్లో పెరిగిన పిల్ల తననే మూర్ఖురాలి కింద జమకడితే ఏమి సమాధానం చెప్పాలో తెలియక కన్నీరు కారుస్తూ ఉండిపోయింది శోభ. దాని వయసుకు ఆశ్రమంలో చేరడం ఏంటి అత్తయ్యా, మీరు అయినా చెప్పండి అంటూ అత్తగారిని బ్రతిమాలుకుంది.

"నువ్వు భలేదానివేనే, బిడ్డ యుగాంతం బారిన పడకుండా దీర్ఘాయుష్టుతో ఉంటుందని సంతోషించక అడ్డపతున్నదేగాక నన్ను కూడా అడ్డుపడి పాపం మూటగట్టుకొమ్మంటావా?" చేతులు తిప్పుతూ దీర్ఘాలు తీస్తూ మాట్లాడింది సుమిత్ర.

"దాని వయసు ఎంత అని మీరు దాన్ని ఆశ్రమంలో చేరి సన్యాసినిలా బ్రతకమంటున్నారు అత్తయ్యా? నా కూతురు పెళ్లి చేసుకొని పిల్లా పాపలతో కళకళలాడుతూ ఉండాలని నేను కోరుకోవడం తప్పా? మీ మనవరాలి జీవితం ఈ పసివయసులోనే మొడుబారిపోవడం మీకు ఇష్టమా? దాని వయసుకు అది ఏమి అనుభవించిందని సర్వసంగ పరిత్యాగినిలా బ్రతకాలి? మీకు అరవయ్యేళ్లు వచ్చిన తర్వాత మామయ్యగారు చనిపోతేనే మీరు భరించలేకపోయారు. పసుపుకుంకుమలు దూరమయినందుకు పడీపడీ ఏడ్చారు. మరి ఇపుడు అది చెప్పే ఆశ్రమవాసం, విధవ బ్రతుకు కన్నా ఘోరం కాదా?" కాపురానికి వచ్చిన ఇన్నేళ్లల్లో ఒక్కసారి కూడా అత్తగారికి ఎదురు చెప్పి ఎరుగని శోభ, ఇవాళ కూతురు విషయానికి వచ్చేసరికి యెదుట వున్నది అత్తగారు అనే సంగతి కూడా మర్చిపోయి గట్టిగా మాట్లాడేసింది.

గంగిగోవులుగా పెత్తగా ఉండే కోడలు ఆడపులిలా గర్జిస్తుంటే తట్టుకోలేక, "అసలు బ్రతికుంటే కదా అచ్చట ముచ్చట చూసుకోడానికి, అదేదో ఆ యుగాంతం

అయిపోయిన తర్వాత పెళ్లి చేస్తావో పేరంటం చేస్తావో నీ ఇష్టం అనే కదా అంటున్నాను"
అని గొణుక్కుంటూ దుప్పటి ముసుగు వేసుకుంది సుమిత్ర.

ఆ క్షణం నుండి కూతురు మనసు మార్చడానికి ఎన్ని విధాల ప్రయత్నించాలో అన్ని
విధాలుగా ప్రయత్నించింది శోభ. ప్రేమగా దగ్గరకు తీసుకొని చెప్పింది, నువ్వు దూరమైతే
చనిపోతానని బెదిరించింది, చిన్నప్పటి నుండి ఎంత అల్లారుముద్దుగా గుండెలమీద పెట్టి
పెంచుకుందో మొరపెట్టుకుంది. కానీ ఆధ్యాత్మికత ముసుగులో స్లో పాయిజన్ లాగా
నరనరాల్లో ఎక్కించిన భక్తి మత్తు, యుగాంతం గురించి ఆ చిన్న మనసులో నింపిన
భయాల ముందు తల్లి ప్రేమ ఎందుకు పనికిరాకుండా పోయింది. ఒకరోజు శోభ
నిద్రలేచేసరికి తన బట్టలు అన్ని తీసుకొని ఆశ్రమానికి వెళ్లిపోయింది శ్రీమహి.

కూతురుకోసం ఆశ్రమం దగ్గరకు వెళ్లిన శోభకు కూతురితో కలిసే అవకాశం
కూడా ఇవ్వలేదు ఆశ్రమ నిర్వాహకులు. ఏడ్చి మొత్తుకున్నా ఉపయోగం లేకుండా
పోయింది. ఆ తల్లి ఏడుపుకు ఆశ్రమంలో ఎదుటఉన్న బండరాళ్లు కూడా కరిగిపోయాయి
కానీ అంతకన్నా కఠినమైన ఆశ్రమ నిర్వాహకుల మనసులు మాత్రం కరగలేదు. చివరికి
భక్తి సమాజం మీద కోర్ట్ లో కేసు కూడా వేసింది శోభ. కానీ కూతురే ఆమెకు ఎదురు
నిలబడి నేను మేజర్ ని నా ఇష్టప్రకారమే ఆశ్రమంలో చేరాను అని చెప్పడంతో, కోర్టులో
కూడా శోభకు న్యాయం జరగలేదు. తన కూతురుకి బ్రెయిన్ వాష్ చేసారు, తనకు
కాకుండా చేసారు అనే శోభ రోదన కళ్లతోపాటు చెవులకు కూడా గంతలు కట్టుకున్న
న్యాయదేవతకు వినిపించలేదు. కోర్ట్ కి కావాల్సింది సాక్ష్యాలు కానీ న్యాయాన్యాయాలు
కాదు అంటూ జడ్జి గారు కేసు కొట్టేసారు.

ఒంటరిదైపోయిన ఆ తల్లి ఆశ్రమం ఎదుటే అందరు చూస్తుండగానే పాయిజన్
తాగేసింది. ఆమెను రాత్రి ఈ హాస్పిటల్ లో జాయిన్ చేసారు. ఆమె ఆరోగ్య పరిస్థితి
గురించి స్పెషల్ బులెటిన్ లు రిలీజ్ చేయడానికే నాతోపాటుగా మిగిలిన చానెల్స్
మిత్రులు కూడా ఇక్కడకు చేరుకున్నారు అని చెప్పడం ముగించింది యాంకర్.

ఆమె తన మైక్ ని సవరించుకునేలోగానే, భక్తి ముందు మాతృత్వం
ఓడిపోయిందా? తల్లిని కడసారి చూడటానికి అయినా శ్రీమహి ఆశ్రమాన్ని వదిలి
బయటకు వస్తుందా? భవబంధాలు వదిలి ఆశ్రమ జీవితాన్ని స్వీకరించిన తర్వాత ఈ
ఇహిక బంధనాలు పాటించాల్సిన అవసరం ఉందా అంటూ శోభ పార్థివదేహాన్ని
చూపిస్తూ ప్రత్యర్థి చానల్ యాంకర్ చెబుతున్న వ్యాఖ్యానం పెద్దగా వినిపించడంతో

అమ్మో వాళ్ళు మనకంటే ఎక్కువ కవరేజీ చేస్తున్నారు పద పద అంటూ మైక్ పట్టుకొని కెమెరామెన్ తో సహా హాస్పిటల్ ముఖ ద్వారం వైపు పరుగుతీసింది వై టీవీ యాంకరమ్మ.

తల్లి ఒడిని మించిన రక్షణ బిడ్డకు మరెక్కడా లభించదు అని చాటిచెప్పే మన ధర్మానికి మచ్చలా మారిన ఈ సంఘటనలో తప్పెవరిది? ఆధ్యాత్మికత ముసుగులో యువతను ఆకర్షించి, వారిలో ఆలోచన శక్తిని నిర్వీర్యం చేసి నిర్బంధిస్తున్న ఆశ్రమాలకు అడ్డుకట్ట వేసేవాళ్ళే లేరా? భక్తి లో శృంగారాన్ని కూడా మిళితం చేసి కాషాయ దుస్తుల వెనుక తమ కామాన్ని తీర్చుకుంటున్న కామపిశాచుల ఆగడాలు ఆగేదెన్నడు? తల్లితండ్రుల ఋణం తీర్చుకోవడాన్ని మించిన గొప్ప ధర్మం కానీ, వారికి చేసే సేవని మించిన సేవ కానీ ముల్లోకాలు వెదికినా దొరకదనే మన పురాణాల సారాన్ని ప్రపంచానికి ఎలుగెత్తి చాటి, కుహనా ఆధ్యాత్మిక వాదుల డాంబికాన్ని వదిలించి ఏది ధర్మం? ఏది న్యాయం? అని చాటిచెప్పే మరో వివేకానందుడు జన్మించేదెపుడు అనే సగటుజీవి మనసులో ప్రశ్నలకు జవాబు దొరికేనా????

రాముడు మాస్టారు

రావిరేల మహాలక్ష్మి

ఆ అందమైన పల్లెటూరులో, స్వచ్ఛమైన వాతావరణం, అటు చివర ఇటు చివర పెద్ద పెద్ద చెరువులు, ఊరి మధ్యలో రాముల వారి గుడి, దాని పక్కనే స్కూలు, ఊరికి ఒక చివర ఆంజనేయ స్వామి గుడి, రెండో చివర గ్రామ దేవతలైన అంకమ్మ పోలేరమ్మ గుళ్ళు, ఊరి చుట్టు పచ్చని పంట పొలాలు, ప్రతి ఇంట్లో పాడి గేదెలు ధాన్యపు గాదెలు... కల్లాకపటం లేని ప్రజానీకం. ఇంటి ముందు పచ్చని కళ్యాపులు, రంగవల్లులు, వాకిలికి అటు ఇటు అరుగులు...

ఇలా చెప్పుకుంటూ పోతే ఆ చిన్న పల్లెటూరి అందాలను వర్ణించటానికి మాటలు చాలవు.

చుట్టుపక్కల ఐదారు ఊళ్ళకు మధ్యలో ఉన్న ఆ ఊరిలో మాత్రమే! యూపీ స్కూలు ఉంది. ఆ స్కూల్లో పని చేసే బడి పంతులు రాముడు మాస్టారు.

మంచితనానికి మారుపేరు. హంగులు, ఆడంబరాలు ఎరుగని సాదాసీదా వ్యక్తి.

గంభీరమైన అతని నడవడి, ప్రశాంతమైన ముఖ వర్చస్సు, చూడగానే చేతులెత్తి నమస్కరించాలి అనిపించే అతడి మూర్తిమత్వ ప్రకాశము ఊరి వారందరికీ సుపరిచితము..

తొలి కోడి కుయ్యగానే నిద్రలేచి! రామ్ మాస్టారు ముందుగా, తన అర చేతులను కళ్ళ ముందు పెట్టుకొని, కళ్ళు తెరిచి వాటిని చూసి **"కరాగ్రే వసతి లక్ష్మి, కర మధ్యే సరస్వతి, కరమూలే స్థితి గౌరీ... ప్రభాతే కర దర్శనం"** అంటూ, తన అర చేతులను కళ్ళకు అద్దుకొని, ఆ తరువాత నేలను ఒక్కసారి తాకి నమస్కరించి మంచం దిగాడు.

కాల కృత్యాలను తీర్చుకొని, అప్పుడు రాత్రిపూట చదువుకొని పడుకున్న పిల్లల్ని మెల్లిగా తట్టి లేపి, కొద్ది సేపు వారితో ముచ్చటలాడి, వారి నిద్ర మత్తు పోయిన తర్వాత రాత్రి చదివిన పాఠాలన్నిటినీ మళ్ళీ వల్లె వేయించాడు. ఇదే ప్రతిరోజు జరిగే కార్యక్రమం.

పక్క ఊళ్ళ నుంచి స్కూల్ పిల్లలు ఆ తర్వాత రామ్మాస్టారు ఇంట్లోనే ఉండి, రాత్రికి చదువుకొని, తెల్లవారుజామున కూడా పాఠాలు వల్లెవేసి, తెల్లవారిన తర్వాత వారి ఇళ్ళకు వెళ్ళిపోతారు..

స్నానాధికాలు ముగించుకొని, భోజనం క్యారియర్ తీసుకొని స్కూలు సమయానికి మళ్ళీ వచ్చేస్తారు.

'స్కూలుకు వెళ్ళను' అని అప్పటిదాకా మారం చేసే పిల్లవాడు కూడా, రామ్ మాస్టారు స్కూలుకు బయలుదేరి వీధిలో కనబడగానే, బుద్ధిగా పుస్తకాల సంచి వీపుకు తగిలించుకొని ఆయన వెనుకే నడుస్తాడు.

కంటితోనే శాసించే ఆయన చూపే విద్యార్థులకు శిలాశాసనం. మనోవికాసం లేని పిల్లలైనా కూడా దారిలో పెట్టి వాళ్ళకు అక్షరాలు నేర్పించడంలో రామ్ మాస్టారు ని మించిన వాళ్ళు లేనే లేరు!

అటు స్కూలు విధులు నిర్వహిస్తూనే, ఇటు తనకున్న పదెకరాల పొలంలో వరి పండిస్తూ, ప్రతి క్షణాన్ని వృధా చేయకుండా సద్వినియోగం చేస్తూ ఉంటాడు రామ్ మాస్టారు. అందుకే ఆ ఊర్లో అందరికీ ఆయనంటే అంత గౌరవం.

ఆయన పేరుకే మాస్టారు కానీ ఊళ్ళో ఎవరి సమస్యలకైనా పరిష్కారం చెప్పగల మేధావి. చదువుకోకుండా ఇంట్లో నుండి పారిపోతే పట్టుకొచ్చిన పెంకి ఘటాలను మాస్టారు ఇంట్లో పడేస్తారు.

రామ్ మాస్టారు ఓర్పుతో, నేర్పుతో వాళ్ళను సరైన దారిలో పెట్టగలరు! అన్న నమ్మకం ఆ చుట్టుపక్కల అందరికీ ఉంది. వారికోసం ప్రత్యేకంగా ఏమి తీసుకోడు. చుట్టుపక్కల అంతా రైతులే కాబట్టి ! ఎవరికి ఏవి ఉంటే అవి తెచ్చి, ఇంట్లో పడేసి వెళ్ళే వాళ్ళు. రామ్ మాస్టారు ఇంట్లో వాళ్ళే కాకుండా, కనీసం ప్రతిరోజు ఒక పదిమంది పిల్లలు

భోజనం చేస్తుంటారు. 'లేదు ' అని పదం ఇంట్లో వినిపించకుండా జాగ్రత్తగా సంసారాన్ని నెట్టుకు వస్తుంది రామ్ మాస్టారి భార్యామణి సీతమ్మ.

రామ్ మాస్టారికి ఇద్దరు మగ పిల్లలు. ముగ్గురు తమ్ముళ్లు, ఇద్దరు చెల్లెళ్లు. తల్లిదండ్రులు చిన్నప్పుడే చనిపోవడంతో! రామ్ మాస్టరే వాళ్లకు తండ్రి అయి పెంచాడు.

ఒకరోజు స్కూల్ అయిపోయిన తర్వాత, తన పొలం వైపు నడిచాడు మాస్టారు.

చేనంతా పచ్చగా ఏపుగా పెరిగి, నేల మీద ఆకుపచ్చ చీర పరిచినట్లు ఎంతో అందంగా ఉంది. ఇంకా కంకి బాగా పట్టకపోవడం వల్ల ముదురు ఆకుపచ్చ రంగులో హరితవనం చాలా అందంగా ఉంది.

నీళ్ల కాలువ దగ్గర, నీళ్లు తిప్పి చేను నిండిన తర్వాత ఇంటికి వెళ్లొచ్చులే! అని, కాలువ గట్టు వైపు నడిచాడు మాస్టారు. తన వెనక ఏదో అలికిడి. అప్పుడే మసక చీకట్లు కమ్ముతూ ఉండటంతో! ఏమీ కనిపించలేదు. కానీ, పంట పొలానికి అటువైపు ఉన్న చెట్టు వెనక ఎవరో ఉన్నట్లు అనిపించి అటు నడిచాడు.

"ఎవర్రా అది చెట్టు వెనక ఉన్నది ఎవరు?" అంటూ అరిచాడు. "భయం లేదు... ముందుకు రండి" అనగానే బిక్క ముఖంతో భయంభయంగా చెట్టు చాటు నుంచి ఇవతలకి వచ్చాడు 10 ఏళ్ల పిల్లవాడు. "దగ్గరికి రా! అక్కడ ఎందుకు ఉన్నావు? నీ పక్కన ఎవరు? మీ తమ్ముడా! వాడిని కూడా తీసుకొని వచ్చి ఇక్కడ ఏం చేస్తున్నావ్!?" అంటూ గద్దించాడు మాస్టారు.
దగ్గరికి వచ్చిన వాడిని చూసి...

"ఉమా శంకర్! నువ్వా ఇక్కడ ఎందుకు ఉన్నావు నాన్న...? ఈరోజు స్కూలుకు కూడా రాలేదు కదా! నువ్వు మీ తమ్ముడితో కలిసి ఇక్కడ ఏం చేస్తున్నావ్?" అన్నాడు మాస్టారు అనునయంగా

ఉమా శంకర్ ఏడవటం మొదలుపెట్టాడు. వాడిని చూసి వాడి తమ్ముడు కూడా ఏడవటం మొదలు పెట్టాడు.

"సరే... ఇంటికి వెళ్దాం పదండి.
రేపు మిగిలిన పిల్లలతో కలిసి మీ ఊరు వెళుదుగానీ...!" అన్నాడు మాస్టారు.

"నేను మా ఊరు వెళ్ళను మాస్టారు! అక్కడ మా తమ్మున్ని ,నన్ను చంపేస్తారు!" అన్నాడు ఉమా శంకర్ వెక్కుతూ....!

మాస్టారికి ఆశ్చర్యం వేసింది.

"ఏమిటిరా నీ పిచ్చి మాటలు! అలా ఏమీ ఉండదు. అమ్మానాన్నలు ఏమన్నా అన్నారా నిన్ను? సరే రా.. ఊరు వెళ్ళద్దులే! మా ఇంట్లో ఉంటావు కదా...." అంటూ, పిల్లలను తీసుకొని ఇంటికి వచ్చాడు రామ్ మాస్టారు.

తన స్కూల్ బ్యాగ్ లో నుంచి ఏవో కొన్ని కాగితాలు ఉన్న ఒక కవరు తీసి "అమ్మ మీకు ఇది ఇవ్వమన్నది.." అంటూ ఇచ్చాడు ఉమా శంకర్. అవి గౌరీ శంకర్ తల్లి తాలూకు ఆస్తి పత్రాలు.

ఆస్తి మొత్తం ఉమాశంకర్ తల్లి పుట్టింటి నుంచి వచ్చింది. ఊళ్ళో ఉన్న 50 ఎకరాల పొలం, రెండు రైస్ మిల్లులు, ట్రాక్టర్, ఇల్లు ఇలా అన్ని ఆమె పుట్టింటి నుంచి వచ్చినవే!

అవన్నీ తనకెందుకు ఇవ్వమన్నదో ఆమె అర్థం కాలేదు మాస్టారు గారికి

పిల్లలందరితో కలిసి ఆడుతూ పాడుతూ, ఆ రాత్రి భోజనం చేసి, వాళ్ళ తోనే పడుకున్నారు ఉమా శంకర్, అతడి తమ్ముడు గౌరీ శంకర్.

ప్రొద్దున్నే ఇంటికి వెళ్ళనని ఏడుస్తున్న గౌరీ శంకర్, ఉమా శంకర్లను అక్కడే ఉంచేశారు మాస్టారు.

ఎందుకు ఈ పిల్లలు ఇంటికి వెళ్ళమంటున్నారో అర్థం కాలేదు.

మధ్యాహ్నం వాళ్ళ ఊరు నుంచి వచ్చిన వేరే మనుషులను ఎంక్వయిరీ చేశాడు మాస్టారు.

ఉమా శంకర్ తల్లికి ఆరోగ్యం బాగా లేదని ఇంకా కొద్ది రోజులే బ్రతుకుతుందని తెలుసుకొని చాలా బాధపడ్డాడు.

ఈలోపే ఉమా శంకర్ తండ్రి ఇంకొక ఆమెను పెళ్ళి చేసుకుని ఆమె ఇంట్లోనే కాపురం పెట్టేశాడు.

ఆమె పుట్టింటి వారు ఎవరూ లేకపోవడంతో, అందదండలు లేక ఎవరి మీద నమ్మకం లేక, ఆస్తి పత్రాలను, పిల్లలను రామ్ మాస్టారు దగ్గరకు పంపించి ప్రశాంతంగా కన్ను మూసింది.

ఆమె చనిపోయిన రోజు పిల్లలను తీసుకువెళ్ళి, తల్లిని చూపించి, సాయంత్రానికి మళ్ళీ తన ఇంటికి తీసుకువచ్చాడు మాస్టారు. తనకున్న బాధ్యతలతోనే తల మునకలవుతున్న మాస్టారుకు ఇప్పుడే పిల్లల బాధ్యత కూడా వచ్చి పడింది. వాళ్ళ తండ్రి కొత్త పెళ్ళాంతో సరదాగా గడుపుతూ, కనీసం పిల్లల్ని పట్టించుకోవటం కూడా మానేశాడు. బ్రాహ్మణ వంశంలో పుట్టిన రామ్ మాస్టారు, ఆ పిల్లల్ని కూడా తన బిడ్డల

లాగా చూసుకుంటుంటే ఆశ్చర్యపోయారు ఊరి వాళ్ళు. గౌరీ శంకర్ చిన్నవాడు కాబట్టి ప్రతిరోజు తల్లి కోసం ఏడ్చేవాడు. వాడిని బుజ్జగించి, తన ఒడిలో కూర్చోబెట్టుకుని తనతో పాటే అన్నం పెడుతూ కథలు చెబుతూ తల్లిని మరిపించేవాడు.

పిల్లలందరూ కూడా వీళ్ళిద్దరిని తల్లి లేని పిల్లలని ఎంతో బాగా చూసే వాళ్ళు.

అలా వాళ్ళ ఇంట్లో పెరిగిన గౌరీ శంకర్, ఉమా శంకర్ లు టెన్త్ క్లాసులో ఆ మండలానికి ఫస్ట్ రావడం తో తను పడ్డ శ్రమ వృధా కాలేదు అని ఎంతో సంతోషించాడు రామ్ మాస్టారు. ఉమా శంకర్ మెడిసిన్ లో చేరగానే అతడి ఆస్తి కాగితాలు అతనికి అప్ప చెప్పేసి, అతడి తమ్ముడి బాధ్యతను కూడా గుర్తు చేసి తన బాధ్యతను తీర్చుకున్నాడు.

"మాస్టారు.... మీరు నాకు దైవం. దయ చేసి ఈ ఆస్తి పత్రాలను మీదగ్గరే ఉంచండి. మీకు అవసరాన్ని బట్టి ఎంతైనా వాడుకోండి.

నాకు, తమ్ముడికి స్కాలర్ షిప్ తోనే కోర్స్ అయిపోతుంది." అని ప్రాధేయ పడ్డాడు ఉమా శంకర్.

కాని రామ్ మాస్టారు నవ్వుతూ, అతని తలపై చేయి వేసి తడుతూ ... "మీ అమ్మ నమ్మకాన్ని, నా ఆశయాన్ని నిజం చేస్తూ, నువ్వూ, తమ్ముడు బాగా చదువుకున్నారు.. రేపు గొప్ప డాక్టరయి మంచి పేరు తెచ్చుకుని, నేను రామ్ మాస్టారు శిష్యుడిని..."అని దేశ విదేశాలలో చెప్పుకున్న రోజు! అదే నాకు నువ్విచ్చే వెల కట్టలేని ఆస్తి" అన్నాడు.

ఇప్పుడు ఉమా శంకర్ అమెరికాలో ఒక పెద్ద డాక్టర్.

అతడి తమ్ముడు గౌరీ శంకర్ కూడా ఇంజనీర్.. మంచి స్థితిలో ఉన్నాడు. కానీ రాం మాస్టారు పరిస్థితి మాత్రం చాలా దయనీయంగా తయారయింది.

"పండిత పుత్రః పరమ శుంఠః" అన్నట్లు కొడుకులిద్దరూ చదువు వంట పట్టక గాలికి తిరుగుతూ ఉన్న పొలం అంతా అమ్మేశారు. రిటైర్ అయిపోయిన తర్వాత వచ్చిన డబ్బులతో కాలక్షేపం చేస్తున్న రాముడు మాస్టారు కు 'పులి మీద పుట్ర' లా సీతమ్మ చనిపోవడం, ఆ తర్వాత ఆయన ఆరోగ్యం దెబ్బతినటం...! అన్నీ జరిగిపోయాయి.

కనీసం ఇల్లు గడిచే పరిస్థితి కూడా లేదు. అయినా కూడా మొక్కవోని ధైర్యంతో అలాగే కాలక్షేపం చేస్తున్నాడు రాం మాస్టారు.

ఈ విషయాలన్నీ విదేశాల్లో ఉన్న ఉమాశంకర్ తన తమ్ముడితో మాట్లాడేటప్పుడు కొన్ని తెలుసుకోగలిగాడు.

రాం మాస్టారు పిల్లలు ఇద్దరూ పోరంబోకులుగా తయారయి, తమ ఇంట్లో చదువుకాని, మంచి పొజిషన్లో ఉన్న ఎంతోమంది దగ్గర

మాస్టర్ పేరు చెప్పుకొని, అప్పులు తెచ్చుకొని తాగి తందనాలు ఆడటం,

ఆయన పేరు చెడగొట్టటం మొదలుపెట్టారు. ఇదంతా తెలుసుకుని ఉమా శంకర్ చాలా బాధపడ్డాడు.

మాస్టారికి ఫోన్ చేసి ఎలా ఉన్నారని అడిగాడు. అతనికి తెలుసు... మాస్టారు ఎన్ని కష్టాల్లో ఉన్నా కూడా ఏమి చెప్పడు, అడగడు అని....

ఆస్తి అంతా పోయినా బాధపడలేదు. తన కొడుకులు చదువుకుని ప్రయోజకులు అవుతారని ఆశపడ్డాడు.

తన దగ్గర ఉన్నంతకాలం క్రమశిక్షణలో పెరిగిన తన కొడుకులు, కాలేజీ చదువులకు టౌనుకు వెళ్లి, అక్కడ చదువుకోకుండా చెడిపోయి తిరిగి రావటం ఆయన జీర్ణించుకోలేక పోయాడు.

ఇంకా బయట అప్పులు చేస్తూ, తిరుగుతున్న వాళ్లను చూస్తుంటే అసహ్యంతో అతని గుండె ముడుచుకుపోయింది. ఎంతోమంది పిల్లలను తన బోధనలతో ప్రభావితం చేసి, సమాజానికి గొప్ప మేధావులను అందించగలిగిన రాము మాస్టారు తన కొడుకులు అప్రయోజకులుగా మారటం సహించలేకపోయాడు.

నేను వీళ్లకు ఏమి తక్కువ చేశాను. "ఉన్న దాంట్లో నే చక్కగా పెంచాను. చదువు రాని మూర్ఖులయితే ఎలాగో తన దారికి తేవచ్చు.వీళ్ళు అతి తెలివి పుండాకోర్ లు.టౌన్ లో పెట్టి చదువు కోమంటే ఇలా తయారయ్యారు. అక్షరం ముక్క రాని బుద్ధి మంతులు, ఎంతో మంది పనులు చేసుకుని తమ పొట్ట పోసుకుంటున్నారు. వీళ్ళు తేరగా వచ్చే సొమ్ముకు అలవాటు పడిన సోమరి నిక్రుష్టులు." అని తనలో తానే వాపోయాడు.

బయటికి ముఖం చూపించుకోలేక, తన గదిలోనే ఉండి, తనకి శిక్ష విధించిన భగవంతుని ధ్యానించటం తప్ప ఏమీ చేయలేకపోయాడు.

ఉమా శంకర్, గౌరీ శంకర్ ల నుండి లక్షలు లక్షలు తమ అకౌంట్ కు వేయించుకుని, జల్సా చేస్తున్న కొడుకులను చూసి....

"వంశ గౌరవం నిలబెట్టవలసిన వీళ్ళే పరువు పోగొట్టే పనులు చేస్తుంటే తానేమీ చేయలేదా?

ఏనాడు ఒకరిని చెయ్యి చాచి అడగని నేను వీళ్ళ వల్ల ఇంత అపఖ్యాతి పొందటం ఏమిటీ!?

ఇంతకన్నా చావే నయం... కాని వీళ్ళు బ్రతికినంత కాలం నాకు అపఖ్యాతి తెస్తూనే ఉంటారు."

ఒక నిర్ణయానికి వచ్చి, ఎప్పుడూ లేనిది ఉమా శంకర్ కి ఫోన్ చేసి, ఒకే ఒక్క కోరిక కోరాడు.

"నా కొడుకులను చంపించేసేయ్!" అంటూ ఆ ఒక్క మాట మాట్లాడి, ఫోన్ కట్ చేసేసాడు.

ఒకరోజు తెల్లవారేసరికి ఊరంతా ఒక వార్త గుప్పుమంది. "మాస్టారు కొడుకులను ఎవరో చంపేసి, ఊరి బయట పడేశారట!" అందరూ మాస్టారు దగ్గరికి పరుగున వచ్చారు.

మాస్టారు విరక్తిగా నవ్వుకొని, అందరి వైపు ఒక్కసారి చూసి, అందరికీ చేతులెత్తి నమస్కరించి కళ్ళు మూసుకొని వెనక్కి వాలిపోయాడు. అందరూ జాలిగా చూస్తూ వెళ్ళిపోయారు. మూసుకున్న కళ్ళలో నుంచి ఒక్క కన్నీటి చుక్క జారి పోయింది.

తన వంశాన్ని నిలబెట్టవలసిన తన కొడుకులు తన కళ్ళ ముందే చనిపోతే, ఆ బాధ ఎవరు తీర్చగలరు? కానీ అది, తనకు తానే విధించుకున్న శిక్ష. ఆ భగవంతుడు అనే వాడు ఉంటే ,ఇంకొక జన్మలో అయినా ఇటువంటి కొడుకులను పుట్టించకుండా ఉంటే చాలు! అనుకుంటూ పిచ్చిగా నవ్వుతున్నాడు.

గోడ మీద ఫొటోలో ఉన్న సీత నువ్వు చేసిన పని మంచిదే అన్నట్లు చూస్తున్నది.

ఆ నిజాన్ని ఎవరికీ చెప్పలేడు. బ్రతికున్నంత కాలం దావానలంలా తన గొంతులోనే మండిపోతూ ఉంటుంది.

ఆ రోజు సెప్టెంబరు ఐదు. టీచర్స్ డే....

తట్టుకోలేని దుఃఖంలో మాస్టారు దగ్గరికి... ఉమా శంకర్, గౌరీ శంకర్ ఇంకా వంద మంది యువకులు వచ్చి, ఆయన పాదాలకు నమస్కారాలు చేసి, అలంకరించబడిన పల్లకిలో ఆయన్ని ఎక్కించుకొని, ఊరంతా ఊరేగింపు చేశారు.

పెద్ద సభ ఏర్పాటు చేసి, సన్మానం చేశారు. సభ, మాష్టారి శిష్యులతో నిండి పోయింది. కలెక్టర్ తో సహా, ఎంతో మంది శిష్యులు ఆయన పై పుష్ప వర్షం కురిపించారు.

కనకాభిషేకం చేసారు. కేవలం రామ్ మాస్టారిని చూడటానికే విదేశాల నుంచి వచ్చిన వాళ్ల ఫ్రెండ్స్ ... మాస్టారి ఆశీర్వాదాల కోసం కాళ్లు మొక్కారు.

నిస్వార్థానికి, నిరాడంబర జీవనానికీ నిలువెత్తు నిదర్శనం గా నిలిచిన ఆ త్యాగ మూర్తిని ప్రశంసిస్తూ ఉపన్యాసాలు చేశారు.

తన కొడుకులు కాని కొడుకులు ఉన్నత స్థానాల్లో నిలిచి, మేము రామ్ మాస్టర్ శిష్యులం..." అంటూ, దేశ విదేశాలలో చెప్పుకోగలుగుతున్నారంటే! అది తన అదృష్టం. మాస్టర్ ఛాతీ ఉప్పొంగింది.

విపరీతమైన సంతోషం తో అతని కళ్ళు వర్షించాయి. సభలో మాస్టారు గురించి మాట్లాడుతున్న కలెక్టర్, ఎమ్మెల్యే ఇంకా తదితరులు రూపాలు మసక మసకగా కనిపించాయి. తన మెడలో ఉన్న గులాబీ మాల, తన చేతికి శిష్యులందరూ తొడిగిన బంగారు కంకణం.. తనను ఆకాశమంత ఎత్తులో నిలిపింది.

తెల్లని తామర పువ్వు లో ఉన్న సరస్వతీ దేవి ఆకాశంలో గోచరించింది. సీత పైనుంచి, తన భర్తను కళ్ళారా చూసి, ఇక వచ్చేయ్ నా దగ్గర కి! అంటూ పిలిచింది.

ఈ జీవితానికి ఇది చాలు! అన్నట్లు ఆయన చేయి, తన పాదాల వద్ద మొకరిల్లిన శిష్యులపై పడి అచేతనంగా ఉండిపోయింది.!

సుందరం రహస్యం.

మోణంగి ప్రవీణ

"వెళ్లాల్సిందేనా! ఇంకోమాట లేదా పద్మా! ఆలోచించు" అని భార్యని బ్రతిమలాడుతున్నాడు సుందరం.

"తప్పదండీ! నేను వెళ్ళాల్సిందే! ఫంక్షన్ కి నా స్నేహితురాళ్లు అందరూ వస్తున్నారు. నేను వెళ్లకపోతే వాళ్లని మిస్ అవుతాను నన్ను వెళ్లనివ్వండి లేకపోతే మీరు కూడా రండి"

"అమ్మో! నాకు ఆఫీసులో ఈరోజు చాలా పని ఉంది సెలవు ఇవ్వరు. ఇంతకీ రాత్రికి వచ్చేస్తావు కదా!"

"అబ్బా ప్రక్క ఊరే కదా! రాత్రికి వచ్చేస్తానండి"

"నిజం చెప్పు రాత్రికి వచ్చేస్తావు కదా! మళ్ళీ అడిగాడు సుందరం"

"అబ్బా మీకు ఎప్పుడూ అదే గోల వచ్చేస్తానండి" అని బయలుదేరింది పద్మ.

పద్మని బస్సు ఎక్కించి ఆఫీసుకి బయలుదేరాడు సుందరం.

ఫంక్షన్ కి వెళ్ళిన పద్మ రాత్రి ఎనిమిదింటికి తిరిగి ఇల్లు చేరుకుంది. పద్మ ఇంటికి వస్తూనే

"ఏమిటండి అన్నిసార్లు ఫోన్ చేసారు? వచ్చేస్తానని చెప్పాను కదా!" అని సుందరం మీద విరుచుకుపడింది.

"అదే నోయ్ రాత్రికి వస్తావా? లేక ఉండిపోతావా! అని సందేహంతో చేసా! పద్దు" అని చెప్తూ మెలికలు తిరుగుతున్న సుందరంని చూస్తూ

"అబ్బా! మళ్ళీ అదే మాట మీ గోల మీది" అని విసురుగా లోపలికి వెళ్ళిపోయింది పద్మ.

ఇదండీ! మన సుందరం వరస. పెళ్ళయి ఏడాది కావస్తుంది. భార్యని విడిచి ఒక్క రాత్రి కూడా ఉండలేదు.

మరుసటి రోజు తెల్లవారుజామున కాలింగ్ బెల్ మోగడంతో తలుపు తీసిన సుందరానికి గుమ్మంలో అమ్మానాన్నలు ప్రత్యక్షమయ్యారు. కబురు, కాకరకాయ లేకుండా వచ్చిన వాళ్ళని చూస్తూ ఆశ్చర్యంగా అలా ఉండిపోయిన సుందరాన్ని,

"ఏరా లోపలికి రానిస్తావా! మమ్మల్ని?" అన్న అమ్మ పిలుపుతో ఉలిక్కిపడ్డాడు.

"ఎవరండీ ఇంత పొద్దున్నే" అంటూ వచ్చిన పద్మకి అత్త, మావయ్య ఎదురవడంతో ఈసారి అవాక్కవడం పద్మ వంతయింది.

అందరూ కూర్చుని టీ తాగుతూ సరదాగా కబుర్లు చెప్పుకున్నారు.

"నాకు విజయవాడలో షాపుకి కావలసిన సరుకు కొనుక్కునే పని ఉందిరా! సుందరం. మీరు ఉండేది గుంటూరు లోనే కదా! మీ అమ్మ వస్తానంటేను హఠాత్తుగా బయలుదేరాము. మీ అమ్మ రెండు రోజులు ఇక్కడే ఉంటుంది. నేను మధ్యాహ్నం బయలుదేరుతాను విజయవాడకి" అని సుందరం వాళ్ళ నాన్న విషయం చెప్పి, స్నానాల గది ఎటువైపు ఉంది? అమ్మాయీ! అంటూ పద్మని పిలిచాడు..

సుందరం నాన్న విజయవాడ బయలుదేరగానే అత్త కోడలు ఇద్దరూ ముచ్చట్లు పెట్టుకున్నారు. సాయంత్రం మొదలైన ముచ్చట్లు రాత్రి పదింటి వరకూ సాగుతూనే ఉన్నాయి. సుందరానికి పద్మని ఎలా పిలవాలో అర్థం కావడంలేదు.

మొత్తానికి ధైర్యం చేసి వంట గదిలోకి వచ్చి "ఏంటి పద్మ! ఇంకా పడుకోవా? అమ్మ కూడా ప్రయాణం చేసి వచ్చింది కదా! అలిసిపోయి ఉంటుంది"

"నాకేమీ నిద్రరావడం లేదురా! కోడలితో మాట్లాడి చాన్నాళ్ళయ్యింది నువ్వు పోయి పడుకో" అని అమ్మ చెప్పేసరికి సుందరానికి ఏమి చేయాలో అర్థం కాలేదు. తన గదిలోకి వెళ్ళిపోయాడు. మళ్ళీ కాసేపాగి వచ్చిన సుందరాన్నిచూసి,

"ఏరా! నిద్ర పోలా? మళ్ళీ వచ్చావు అని అడిగింది తల్లి"

"అదేనమ్మా! నీకు పక్క వేసిందో లేక వేయాలో పద్మని అడుగుదామని "అవన్నీ మేము చూసుకుంటామ- లే గాని నువ్వు పోయి పడుకో! రేపు ఆఫీసుకు పోవాలి కదా"!

"అలాగేనమ్మా! పద్మ నువ్వు రావా?" అని మెల్లగా అంటున్న సుందరంతో

"అమ్మాయి వస్తుందిలే! నువ్వు వెళ్ళు" అని తల్లి అంటుంటే పద్మ లోలోపల మునిముసి నవ్వులు నవ్వుకుంది.

ఏమి చేయాలో దిక్కుతోచక సుందరం గది వైపు దారితీసాడు. సుందరం వెళ్ళగానే

"నువ్వు కూడా పడుకో పద్మా! రేపు బాక్స్ కట్టాలి కదా వాడికి! వాడు మళ్ళీ వచ్చి అడిగితే తిరిగి పంపడానికి నా దగ్గర కారణాల్లేవు" అని అత్తగారు నవ్వుకొని పద్మని పంపించింది.

ఇక అలిగి కూర్చున్న సుందరాన్ని బుజ్జగించడంతో సరిపోయింది పద్మకి. ఇలా వరుసగా మూడు రోజులు ఇదే గొడవ.

అత్త,కోడలి ముచ్చట్లు, సుందరం ఎదురుచూపులు ,పద్మ మునిముసి నవ్వులు, భర్తని బుజ్జగించడంతో సాగిపోయింది.

ఇదంతా చూస్తున్న సుందరం తల్లి కాంతమ్మ మనసులో అనుకుంది ఏమిటి! నా కొడుకు సుందరం ప్రవర్తన?

భార్య అంటే పిచ్చివాడు అయిపోతున్నాడు. మరీ ఇంతలా ఉండకూడదు. ఇలానే ఉంటే! చివరకి ఈ తల్లిని మరిచిపోతాడో ఏమో! అనుకుంటూ ఆలోచనలలో మునిగి, నిద్ర పట్టకపోవడంతో హాల్లోకి వచ్చిన కాంతమ్మకి అనుకోకుండా కొడుకు గది కిటికీలోంచి ఒక దృశ్యం అప్రయత్నంగా కంటపడింది.

తన కొడుకు సుందరం, కోడలు చేతిమీద తలపెట్టుకుని పడుకుంటూ

"నీ చెయ్యి మీద పడుకోనిదే, నాకు నిద్రపట్టదు అని తెలిసికూడా నన్నెందుకు ఏడిపిస్తావు పద్మూ!

"అత్తయ్య మాట్లాడుతుంటే అలా ఎలా వచ్చేస్తాను? చెప్పండి! అర్థం చేసుకోరేమిటండీ"

వాళ్ళ మాటలు విన్న కాంతమ్మ అవాక్కయిపోయింది. తన గదిలోకి వెళ్ళి పకపకా నవ్వుకుంది.

ఇదా! అసలు విషయం. నేను ఇంకా ఏదేదో అనుకున్న! అని ఆలోచనలోకి జారుతూ నిద్రపోయింది.

మరుసటి రోజు సుందరం ఆఫీస్ కి వెళ్ళిన తరువాత కాంతమ్మ కోడలిని పిలిచి

"ఏం కోడలు పిల్లా! ఇంకా మారలేదా మా వాడు?"

"ఎవరు అత్తయ్య! ఏం మారటం?"

"అదేనమ్మా! సుందరం గురించి అడుగుతున్నాను"

ఏ విషయం గురించి అడుగుతుందో తెలియక చూస్తున్న పద్మతో.

"సుందరానికి చిన్నప్పట్నుంచి ఒక అలవాటు ఉందమ్మా! మొదట్లో నా చీర కొంగు పట్టుకొని పడుకునేవాడు. అలవాటు మాన్పించడానికి వాడి చేతిలో నాప్కిన్ పెట్టి నేను లేచేదాన్ని. అలా వాడికి ఏదో ఒకటి పట్టుకొని పడుకోవడం అలవాటు. అయితే సుందరం పెద్దవాడైన తరువాత అలవాటు పోయిందనుకున్నాను. ఇంకా పోయినట్లు లేదే!" అని అడుగుతున్న కాంతంతో

"ఏమని చెప్పమంటారు అత్తయ్య! నా బాధ. మొదటిరాత్రి అనుకోకుండా నా చెయ్యి మీద పడుకున్న ఆయనకు హాయిగా నిద్ర పట్టిందంట. ఇక అప్పటినుంచి నీ చెయ్యి లేనిదే నిద్ర పట్టదని ఒకటే గోడవ" అని చెబుతున్న పద్మతో

"మరి నువ్వు ఎక్కడికైనా వెళితే"?

"అదే కదా! నా బాధ. ఎక్కడికీ నన్ను వెళ్ళనివ్వరు. ఒకవేళ వెళితే రాత్రికి వచ్చేయాలని కండిషన్ పెడతారు".

"మరి ఎప్పుడు రాత్రులు వెళ్ళలేదా?"

"వెళ్ళాను అత్తయ్యా! అమ్మ వాళ్ళింటికి అప్పుడు నాతో కూడా వచ్చి నానా హంగామా చేసారు మీ అబ్బాయి".

"ఏం చేసాడేమిటి మా వాడు?"

"ఒక్క రాత్రికి సరదాగా కబుర్లు చెప్పుకుంటూ మా చెల్లి తో పడుకుంటానని అంటే, కుదరదు నాకు నీ చెయ్యి లేనిదే నిద్ర పట్టదు కావాలంటే నువ్వు మీ చెల్లితో పగలు మాట్లాడుకో అని గొడవ గొడవ చేసారు. అది చూసి మా వాళ్ళు వేరేలా అనుకొని నవ్వుకున్నారు.

మీ వారికి నువ్వు లేకపోతే నిద్రపట్టదు అని నన్ను గదిలోకి పంపించేసారు అత్తయ్యా!" అంటూ సిగ్గుపడుతున్న కోడలి గడ్డన్ని పట్టుకుని పైకెత్తుతూ కాంతమ్మ "చూడమ్మా! వాడికి ఉన్న ఈ అలవాటు వలన నువ్వు ఇబ్బంది పడిన మాట వాస్తవమే నేను కాదనను.

ఈ అలవాటు మాన్పించాలని చాలా ప్రయత్నించాను కానీ! కుదరలేదని ఇప్పుడు అర్థమయ్యింది. అయితే! ఈ అలవాటు వలన నా కొడుకు నీ కొంగు ఇంక వదలడులే! నీతోనే ఉంటాడు. మగవాళ్ళకి సవాలక్ష అలవాట్లు ఉంటాయి.

మా వాడికి ఉన్న ఈ అలవాటు నిన్ను ఇబ్బందికి గురిచేసేదే కానీ నష్టపరిచేది కాదు గుర్తుంచుకో! కోడలు పిల్లా!'' అనగానే పద్మకి ఆపుకోలేని సిగ్గు వచ్చేసి అత్తగారిని కౌగలించుకుంది.

ఇదండీ మన సుందరం రహస్యం.

బంధం

ఎం లక్ష్మి

"అవమానం, ఆకలి, వేదన, నిస్సహాయత, దుఃఖం- పతనానికి ఇవన్నీ సోపానాలు. దిగితే క్రిందకు వెళతాం! ఎక్కితే పైకి వెళతాం...చిత్రం ఏమిటంటే దిగేవాళ్ళే ఎక్కువవుతున్నారు..." అన్నాను నేను మిత్రుడు విశ్వనాథంతో...

"ఎవరి గురించి నీవు చెప్పేది... నీవు గవర్నమెంట్ కాలేజీ లెక్చరర్ వి. తాత, తండ్రులు సంపాదించిన ఆస్తి ఉంది. మా చెల్లి కూడా ఎం.ఎస్సీ, బీఈడీ చేసింది. టీచర్ ఉద్యోగం వచ్చినా కుటుంబం కోసం కాదనుకుంది.. ఒక్కర్తే కూతురు.. పెళ్లి చేసేసావు... ఎక్కడో అమెరికాలో ఉంది.. కనుక పైకి, దిగువకు అనేది నీకు తెలియదు.. జాలి తప్ప" అన్నాడు విశ్వనాథం నవ్వుతూ...

"నీకేమైంది... నీది కూడా నాలాంటి జీవితమే కదా... మన మధ్య స్నేహానికి నాలుగు దశాబ్దాల కాలముంది.. అమ్మ పుట్టిల్లు మేనమామకు తెలియదా..." అన్నాను.

ఈరోజు మా కాలేజీలో అకడమిక్ ఆడిట్ ఉంది.. తొందరగా వెళ్ళాలి.. అన్నీ సర్దుకునే ఉన్నాను.. ఈలోగా ఇదిగో మిత్రుడు విశ్వనాథం వాడి మనవరాలు గురించి మాట్లాడడానికి వచ్చాడు.. వాచీ చూసుకున్నాను.. ఉదయం.. ఎనిమిదయింది.. ఫర్వాలేదు.. మరో గంటన్నర సమయముంది.

"ఇంతకీ... ఈ అవమానం, ఆకలి... డైలాగ్ ఎవరి కోసం నాయనా.. మీ కాలేజీలో మధుమిత కోసమేనా...మగాడు ప్రక్కన లేకపోతే... ఘాట గడవదట

కదా...” అన్నాడు విశ్వనాథం.. ‘ప్రక్క’ అనే పదాన్ని వత్తి పలుకుతూ...

“ఆమెది కాంట్రాక్ట్ పోస్ట్... షోకులెక్కువ.. ఆదాయం తక్కువ, భర్త చనిపోయాడు. చంపేసిందనే అనుకుంటారు... ఒక్కగానొక్క కొడుకు, డిగ్రీ చదువుతున్నాడు.. కులమేమిటో నాకు తెలియదులే.. తెల్లగా ఉంటుంది.. ఇంకా..” ఇంతలో మా ఆవిడ క్యారేజ్ తో వచ్చింది.. బయలుదేరదామనుకున్నాము.. ఇద్దరం..

ఒక పాపను ఎత్తుకొని.. ఓ మధ్య వయసు స్త్రీ “శంకరం మాష్టారిల్లు ఇదేనా..” అని అడుగుతున్నది గుమ్మంలో నుంచి.

“ఇదేనమ్మా... నేనే ఆ శంకరం మాష్టారిని.. నువ్వెవరమ్మా... దామ్మా లోపలికి వచ్చి చెప్పు ఏం కావాలో..” మళ్ళీ ఇద్దరం కూర్చున్నాం... సమయం తొమ్మిది కావస్తున్నది...

“నీవు.. రామనాథం మేస్త్రి దగ్గర పనిచేసేదానవు కదా..” అన్నాడు విశ్వనాథం.. అతని మాటల్లో నీ గురించి “నాకు తెలుసులే” అనే సూచనుంది. ఆమె మౌనంగా నిలుచుంది.. చంకలో బాబు.. బహుశా రెండేళ్ళు ఉండవచ్చు.

ఆమె.. వయసు నాలుగు పదులు దాటి ఉండవచ్చు. చామనచాయ. చర్మ సంరక్షణ లేక శరీరం శుష్కించి ఉన్నా, కళ్ళల్లో కాంతి ఉంది. ముఖం కళగా ఉంది.. నిద్రలేమి, భయం వలన కళ్ళు కింద నల్లని చారలు. జీవితానుభవ పాఠాల సారాంశంను చెబుతున్న నుదుటి మీద గీతలు... వెలిసిన వాయిల్ చీర.. లోతుకుపోయిన బుగ్గలు. చంకలో బాబుతో.. కళ్ళలో భయంతో.. ఆమె అలా నిలుచుండి పోయింది.. ఇంతలో.. నా భార్య వస్తూ..

“ఏమండీ.. ఆ పనిమనిషికి ఫోన్ చేయండి.. రెండు రోజులుగా రాలేదు.. పండగ వస్తున్నది.. పాప, అల్లుడు రావచ్చు. చేయవలసిన చాలా ఉన్నాయి..” అని వచ్చి.. ఆమెను చూసి ఆగి.. ‘ఎవరేమె’.. అన్నట్టుగా చూసింది..

నేనేమీ చెప్పలేదు.. నాకు తెలియదుగా.. వాచి చూసుకున్నాను.. సమయం తొమ్మిదింపోవు.. అమ్మో.. “ఆమె ఎవరో తెలియదు.. నాకోసం వచ్చిందట.. కాస్త కనుక్కో..” అని చెప్పి ఆమె వైపు తిరిగి “అమ్మ.. ఈమె నా ఇంటి హోం మినిస్టర్.. నా గురించి ఏమైనా నీకు కావాలంటే ఆమెను అడుగు.. నాకు కాలేజీలో పని ఉంది.. పదరా...” అని ఇద్దరం బయటకు బయలుదేరాం.. ఇతరుల నుంచి తమకు కావాల్సింది

అధికారంతో, ఆత్మవిశ్వాసంతో తీసుకోగలిగిన వారే అంత నిస్వార్థంతో అంతే సంతోషంతో ఇతరులకివ్వగలరు. ఇందుకు నా భార్య మినహాయింపు కాదు..

★★★

సాయంత్రం ఆరైంది... మా కాలేజీలో ఆడిట్ ముగిసింది. ఇది ప్రతి సంవత్సరం రొటీన్ గా జరిగే తంతే.. నా ముందు ఆటో ఆగింది. నేను.. విశ్వనాథం ఎక్కాము.. ఆటో డ్రైవర్ చక్రవర్తి నాకు బాగా తెలుసు.. అతని తండ్రి ఇదే ఆటోలో మా పాపను బడి దశ నుండి కాలేజీ దశ వరకు తీసుకువెళ్లాడు.. ఆక్సిడెంట్ లో చనిపోయాడు.. ఇద్దరు కొడుకుల్లో ఒకడికి బ్యాంకు జాబ్ వచ్చి.... ప్రేమించిన అమ్మాయితో.. రెండు గదుల ఇంట్లో ఉండలేక తన దారి తాను చూసుకున్నాడు.." పిల్లల్ని ప్రేమించే ప్రయత్నం తప్పు కాదు.. వారు తిరిగి ఆ ప్రేమను ఇవ్వాలనే నిబంధన మహా పాపం" అనే ఖలీల్ జిబ్రాన్ మాటలు ఎంతవరకు నిజమో తెలుసుకునే తండ్రి లేడు.. తల్లికి చదువు లేదు.. ఉన్న ఒక తమ్ముడు తల్లిని ఎలా బ్రతికిస్తాడు అనే ప్రేమ పెద్ద కొడుకుకు రాలేదు.. ఇంజనీరింగ్ చదువుకున్న చక్రవర్తి నాకోసం ఆటో డ్రైవరయాడు.. నన్ను ఉదయం కాలేజీలో దింపేసి.. తను అదే ఆటో వేసుకొని సాయంత్రం వరకు సర్వీస్ చేసుకొని.. నాకోసం వస్తాడు.. అతనికి మూడు పదులు దాటాయి.. తోడు అవసరం.. కానీ.. ఎవరు పిల్లనిస్తారు.. వ్యసనాలు లేవు.. ఆటోకి డబ్బులు నేనే ఇచ్చాను.. అప్పు తీర్చేసాడు.. సొంత ఆటో యజమాని.. కానీ.. ఎవరికి కావాలి ఇవన్నీ.. ఇప్పటి ఆడపిల్లలకు.. ఏం కావాలో 'వారికే తెలియదు..' మేమిద్దరం మౌనంగా ఉన్నాము.. ఆమె ఎవరు? నాకోసం ఎందుకు వచ్చింది.. ఇంటికి వెళ్తే అన్ని విషయాలు తెలుస్తాయి.. నన్ను ఇంటి దగ్గర దింపేసి, విశ్వనాథంను తీసుకుని చక్రవర్తి ఆటో వెళ్ళిపోయింది.. నేను ఇంట్లోకి వెళ్ళాను..

★★★

నన్ను చూడగానే.. ఉదయం నా కోసం వచ్చినామె ప్రక్కకు వెళ్ళిపోయింది.. మా ఆవిడ తనకున్న పాత చీరల్లో ఒకటిచ్చినట్టుంది. చీరలో ఆమె కడిగిన ముత్యంలా ఉంది.. నేను నా గదిలోకి వెళ్ళిపోయాను..

అరగంట తర్వాత.. నా భార్య టీ గ్లాస్ తో వచ్చింది..

"ఇంతకీ ఎవరామె.. ఎందుకొచ్చింది" అడిగాను.. టీ తాగుతూ.. వేసవి.. సాయంత్రం.. ఆరున్నర కావస్తున్నది.. నా భార్య చాలా రిలాక్స్డ్ గా ఉంది.. "పనులన్నీ తనకి అప్పగించేసాను.. మరి పనిమనిషి అవసరం లేదు. తను ఇక్కడే ఉంటుంది."

గదిలో ఏ.సీ.. చల్లగా ఉంది.. ఆమె హృదయం కూడా.. కానీ.. నా భార్య అంత అమాయకురాలు అయితే కాదని నాకు తెలుసు.. బహుశా వచ్చినామె గురించి పూర్తిగా ఎంక్వయిరీ చేసి ఉంటుంది. 'ఇంతకీ ఏమిటామె కథ' అన్నాను ఆసక్తితో.. ఆమె మెల్లగా చెప్పడం ప్రారంభించింది..

★★★

"ఏమే.. రాజి.. నా దగ్గర జాయినయ్యి రెండు నెలలు కావస్తున్నది. ప్రతిరోజు నీకు పనిస్తున్నాను. ఎందుకో తెలుసా.. నీ బాబుని చూసి.. నీ లేచిపోయిన మొగుడిని చూసి కాదు. నిన్ను.. చూసి.." ఆమెను ఎగాదిగా చూస్తూ అన్నాడు పెద్ద మేస్త్రి రామనాథం..

"అది కాదు.. బాబు.. నువ్వు దేవుడివే.. నేను కాదనను. అయినా.. నీ దగ్గరకు, ఎందరో వస్తున్నారు.. నేను చూస్తున్నాను.. నేను కూడా ఎందుకని.. కొద్దికాలం ఓపికపట్టయ్య.. ఈ పని కాక.. నీ దగ్గరకు రాక ఎక్కడికి పోతాను" రాజేశ్వరి మాటలు ఆమె గుండెలో మంటలు.. కళ్ళలో ఇంకిన కన్నీళ్లు దూరంగా.. ఉయ్యాల్లో బాబు.. భవిష్యత్తు లేని ప్రశ్నార్ధకమైన జీవితం.. ఎలా.. ఏం చేయాలి.. ఈ మేస్త్రికి పెళ్ళాం పిల్లలు ఉన్నారు. 'అందరూ కావాలి..' నాతో కూడా.. ఏదో పని మిషతో నా దగ్గరకు వచ్చి.. శరీరాన్ని తాకుతూ.. అప్పుడప్పుడు.. భోజనం ప్యాకెట్స్, బాబుకు పాల ప్యాకెట్స్ కొంటాడు.. వాటి అర్ధం 'తనకు' తెలుసు..

ఒకరోజు.. రాత్రి.. మేస్త్రి బాగా తాగి.. ఆమె ఉంటున్న పూరింట్లోకి వచ్చేసాడు..

ఆమె బాబుతో... బయటకు వచ్చేసింది.. కానీ.. ఆ రాత్రివేళ.. ఎంతమంది.. ఆ తరహ 'మేస్త్రీ'ల నుంచి తనను తానుగా కాపాడుకొందో..!? నా భార్య చెప్పటం ఆపింది. మా మధ్య క్షణం.. మౌనం..

'మనసు ఆర్ద్రమయినప్పుడు మౌనమే మాట్లాడుతుందని' ఎక్కడో చదివిన వాక్యం గుర్తుకు వచ్చింది.

'అవును.. మనమెంత కాలం.. ఆమెను..' అన్నాను. "మనకో పనిమనిషి కావాలి.. ఆమెకు తాత్కాలిక ఆసరా కావాలి.. రానున్నది పండుగ.. పిల్లలు వస్తారు.. నాకు తోడు కావాలి.. రాజేశ్వరి.. చక్కగా అల్లుకుపోతున్నది.. పిల్లాడు మంచివాడే అల్లరి చేయకుండా ఆడుకుంటున్నాడు.. ప్రస్తుతం అవనియ్యండి.. తర్వాత చూద్దాం.." అంది.. ఆమెకు.. రాజేశ్వరి నచ్చినట్టుంది..

"ఇంతకీ ఆమె ఎక్కడ ఉంటుంది.." అన్నాను ప్రశ్నార్ధకంగా..

"పాప గదిలో.. క్రింద పడుకుంటానని చెప్పింది.. పాప వస్తే.. మెయిన్ హాల్లో పడుకుంటానంది.. తనను పంపవద్దని ఏడ్చింది.." చెబుతున్న నా భార్య గొంత ఆర్ధమవ్వటం నేను గుర్తించాను.. "సరే.. నీ ఇష్టం.. అదేదో నువ్వే చూసుకో. ఓకే..నా.." అన్నాను.. "గుడ్ బోయ్.." అని లేచి.. టీ గ్లాస్ తీసుకుని.. నా బుగ్గ మీద ముద్దు పెట్టి, నవ్వుతూ వెళ్ళింది.. అంటే.. ఆమె.. చెప్పలేని ఆనందంలో ఉందన్నమాట..

పండగ వెళ్ళిపోయింది.. పాప కూడా రాజేశ్వరితోను, బాబుతోను తిరగటం, అక్క అక్క అని మా పాప ఆమెను పిలవడం నాకర్ధమయ్యాయి.. నాతోనూ.. ఎంతవరకు అంతవరకే ఉంటున్నది.. బాబు మెల్లగా నడుస్తున్నాడు.. పాప అల్లుడు వెళ్ళిపోయే ముందు ఆమె చేతిలో చీర, జాకెట్టు, కొంత డబ్బు పెట్టారు.. వారి మధ్య స్నేహం నాకు అర్ధమైంది.. రాజేశ్వరి.. మునుపటికన్నా బాగా తయారయింది. గౌరవంగా ఉంటుంది. నా భార్య ఆమెకు కొన్ని మేనర్స్ నేర్పింది. ఆరు నెలలు.. సజావుగా గడిచాయి.. ఓ రోజు బయలుదేరుతుంటే నా భార్య నా దగ్గరకు వచ్చింది..

"ఆమె, ఈరోజు వరకు నయాపైసా తీసుకోలేదు. ఇచ్చిన డబ్బులు కూడా నా దగ్గరే ఉంచేసింది. అడిగితే అన్ని మీరే ఇస్తున్నారు. నాకెందుకు డబ్బులు అంటుంది. ఆమె మనసులో ఏముందో అడగండి.." అంది..

"సరే.. రేపు ఆదివారం.. ఇంటి దగ్గరే ఉంటాను కదా.. అడుగుదాం.." అని.. బయలుదేరాను..

ఆరోజు.. క్యాంటీన్లో విశ్వనాథం.. మధుమిత నా దగ్గరకు వచ్చారు..

"మాస్టారు.. ఎవరో.. ఒకామె... ఆరు నెలలుగా మీ ఇంట్లోనే ఉంటుందట.. ఏమిటో.. ఎందుకో.." అంది.. వ్యంగ్యంగా మధుమిత..

స్త్రీలు ద్రవపదార్ధంలా ఏ పాత్రలో పోస్తే ఆ ఆకారం ధరించడం వింతేమీ కాదు.. మధుమిత.. అటువంటిదే.. ఆమె కథలు నాకు తెలియనిది కాదు.. "రేపు ఆదివారం మీ ఇద్దరూ మా ఇంటికి రండి. మా ఆవిడ కూడా ఉంటుంది ఆమె చెబుతుంది. ఏమిటో.. ఎందుకో.." అన్నాను, ఆమె అన్నధోరణితోనే. మధుమిత విసవిసా వెళ్ళిపోయింది..నేను విశ్వనాథంతో.. టీ తాగుతూ..

"మధుమిత ఎటువంటిదో నీకు తెలుసు. పిల్లాడిని హాస్టల్లో పడేసి.. ఇక్కడెవరో కలెక్టరేట్లో పని చేస్తున్నవాడితో తిరుగుతున్నదని అందరికీ తెలుసు..నువ్వు కూడా ఆమెతో కలిసి.. తిరిగితే.. ఎలా.. నీకో విషయం చెప్పనా.. మన స్త్రీల మీద మనకి ఎంతో

	

చిన్నచూపు.. మధుమిత గురించి మనం ఇలా మాట్లాడుకోవడం కూడా తప్పే.. రేపు ఆదివారం ఆమెను తీసుకువచ్చే బాధ్యత నీదే సుమ.. తనకి చెబుతాను మీరిద్దరూ వస్తారని" అన్నాను.. ఇద్దరం లేచాం.. నాలుగడుగులు వేశాక.. 'బహుశా ఆమె రాకపోవచ్చు..' అన్నాడు. విశ్వనాథం సాలోచనగా నా వైపు చూస్తూ..

'అవునా.. సరే..' అన్నాను.. ముక్తసరిగా

★★★

ఆ రాత్రి పదిగంటల సమయంలో

"ఈ మధ్య అన్ని పనులు.. అంటే బజారు పనులు కూడా రాజేశ్వరి మీదనే పడేస్తున్నావు. ఒళ్ళు పెరిగి.. వందకేజీలు అయిపోగలవు చూడు.." అన్నాను నా భార్యతో సరదాగా..

"ఆ ఇబ్బంది లేదులెండి.. అమ్మా.. నేను వచ్చి దాదాపు ఆరేడు నెలలు కావస్తున్నది.. ఇంకెన్నాళ్లు మీ ఇంట్లో.. అయినా.. నాకు మీరు దేవుళ్ళు.. మిమ్మల్ని వదులుకోను.. వదలను.. కానీ.. ఇలా.. మీ ఇంట్లో ఉండటం వలన.. పదిమంది.. పది రకాలుగా.. ముఖ్యంగా బాబు గారి గురించి.. నాకు ఏడుపు వస్తున్నదని ఏడ్చింది. ఏం చెప్పమంటారు." అంది నెమ్మదిగా.

"అవును.. మా కాలేజీలో విశ్వనాథం, మధుమిత అని ఓ లెక్చరర్ క్యాంటీన్లో ఇదే ప్రశ్న వేశారు.." అన్నాను.

"ఏంటి విశ్వనాథం అన్నయ్య అలాగన్నాడా.." అంది ఆశ్చర్యంగా..

"అతడనలేదు.. ధైర్యం కోసం.. అతనిని మధుమిత వెంట తెచ్చుకుంది.. ఆమె అన్నది.. అతడు విని ఊ..రు..కు..న్నా..డు"

ఆమె ఏదో అడగబోయింది.. 'వదిలేయ్.. ఎవరిని తప్పు పట్టవద్దు.. ఆమె కూడా అడుగుతున్నది కదా.. చూద్దాం.. కాలం చాలా వాటికి సమాధానాలు ఇస్తుంది.. రిలాక్స్.. లైటార్పి పడుకో అన్నాను.. కాలం నాకో చక్కని పరిష్కరం రేపటి ఆదివారం నాడు సూచిస్తుందని నేనూహించలేదు..

★★★

ఆదివారం ఉదయం పదిగంటల సమయం..

ఆకాశం మబ్బులు పట్టి ఉంది. బహుశా వాన రావచ్చు.. వేసవిలో వర్షం.. నేను కిటికీ తలుపులన్నీ తీసేసాను.. కమ్మని మట్టి వాసనతో కూడిన పరిమళం.. బాగుంది..

విశ్వనాథం.. నేను.. నా భార్య సోఫాలలో కూర్చున్నాం..

"అన్నయ్య.. మీ స్నేహితు డి గురించి నీకు తెలియదా.. చెప్పండి" అంది..

"తెలుసమ్మా.. కానీ.. నీ గురించి కూడా బయట అనుకుంటున్నారు. మన సంగతి మనకు తెలుసు. ఆమె సంగతి కూడా.." అని ఆగిపోయాడు.

రాజేశ్వరి మా ముగ్గురికి కాఫీలు తెచ్చింది.. ఇంతలో "అధ్యయనం చేయాలంటే మనిషి జీవితం కన్నా గొప్ప వేదం లేదు." ఇది కూడా నా భావన కాదు.. రాజేశ్వరిని ఆగమన్నాను. ఎదురు సోఫాలో కూర్చోమన్నాను. ఆమె నిలబడే ఉంది. కాస్త దూరంలో ఉయ్యాలలో బాబు నిద్రపోతున్నాడు.. బయట మబ్బులు పెరుగుతున్నాయి.. దూరంగా మెరుపులు కూడా.. దట్టమైన నల్లని మబ్బులు.. నగరం పైన, మబ్బులు.. వర్షిస్తాయా..? ఏమో..

ఆమె నిలబడే ఉంది.. మా ఆవిడ అనునయంగా..

"రాజేశ్వరి.. నీవు మా ఇంట్లో మనిషివే.. ఏనాడు నిన్ను పనిమనిషిలా చూడలేదు. ఫర్వాలేదు కూర్చో.." నా భార్య మాటలు

ఆమె నిలబడే ఉంది'

"సరే.. నీ గురించి చెప్పగలవా.. ఇబ్బంది లేకుంటే.. సుమా" నా భార్య మరో ప్రశ్న

"ఏముందమ్మా చెప్పడానికి.. మాది కాకినాడ దగ్గర సర్పవరం. మా నాన్న వ్యవసాయదారుడు. అక్కడ ఐదు ఎకరాల పొలం ఉంది. మేము ఇద్దరం ఆడపిల్లలమే. నేను పదవ తరగతి తప్పాను. నాకు చదువు మీద కంటే వ్యవసాయమంటేనే ఇష్టం. కానీ.. అక్క బాగా చదువుకుంది. ఎక్కడో టీచరుగా ఉందని విన్నాను. కాకినాడలో చదువుకుంటున్నప్పుడే మంచి డబ్బున్న వాడిని చూసి ప్రేమించి పెళ్లి చేసుకుంది.." ఆమె మాటల్లో ఇది అని చెప్పలేని బాధ ఉన్నా పిసరంత 'హేళన' కూడా ఉంది.

ఇంతలో ఉయ్యాల కదిలింది.. బాబు లేస్తాడేమోనని ఊపి వచ్చింది.. నిశ్శబ్దం.. బయట జోరుగా వాన పడుతున్న శబ్దం.. ఇంకా మబ్బులు వీడలేదు. ఆమె తిరిగి "నాకు మా అయ్య లక్షలు ఖర్చు పోసి ఓ ఆఫీసరని చెప్పుకునే దొంగను తెచ్చి నాకు పెళ్లి చేశారు. వాడు నాకో బిడ్డనిచ్చి.. ఎక్కడికో పోయాడు. అప్పులుకు ఆస్తి కరిగిపోయింది. నాన్న ప్రాణం పోయింది..' ఆమె కళ్ళలో నీరు.. తుడుచుకుంది.. "నేను అనాథగా మిగిలాను.

ఎన్నెన్నో పనులు చేశాను బాబు కోసం .వాడిని అనాధను చేయదలుచుకోలేదు. నేను ఒళ్ళు దాచుకోకుండా పనిచేశాను.. ఒళ్ళమ్ముకొని మాత్రం కాదు.. "ఆమె మాట్లాడలేక, క్రింద కూర్చుండిపోయింది.. గబగబా నా భార్య వెళ్ళి భుజం పైన చేయి వేసి.." వద్దులే మరి చెప్పకు.." అని ఓదార్చింది. "లేదమ్మా.. మీ ఇంట్లో నాకు లభించిన ధైర్యం, ఆదరణ.. నేనేనాడు.. నా ఇంట్లో కూడా చూడలేదు.." అని చెబుతుండగా చక్రవర్తి వచ్చాడు. ఈ మధ్యనే అతనికున్న ఒక్క తల్లి చనిపోయింది. నేను, విశ్వనాథం సహాయం చేసాం.. ఆటో మీద వచ్చే డబ్బుతో నెలవారి వద్దన్నా సరే.. వద్దన్నా సరే..

చక్రవర్తి రాగానే రాజేశ్వరిలో మార్పు.. చక్రవర్తి మెల్లగా..

" అయ్యా! మీ దగ్గర ఏమీ దాచకూడదు.. నేను.. రాజేశ్వరి.." అని ఆగాడు.

మా అందరికీ అర్ధమైంది.. రాజేశ్వరి బయటకు వెళ్ళినప్పుడు.. ఆమె, చక్రవర్తి..

ఇక నేను.. నా భార్య 'ఆమె' కోసం ఇబ్బంది పడనవసరం లేదు.. చక్రవర్తి.. రాజేశ్వరి.. మా దగ్గరే ఉంటారు.. వారింట్లో వారు ఉంటారు. బయట వర్షం ఆగింది.. మబ్బుల్లో ఏముందో.. తెలిసింది.

నా దినచర్యలో మార్పు లేదు..

చక్రవర్తి, రాజేశ్వరిల వయసులో తేడా ఉంది కానీ, వారి జీవితాల్లో లేదు.. కనుకనే కొత్త జీవితం ప్రారంభించారు..

చీకట్లో ఉన్నామని దిగులు పడుతూ కూర్చుంటే జీవితం చివరి వరకు అగ్గిపెట్టి గూట్లోనే ఉండిపోతుంది.. ఆఫ్ కోర్స్ ఇది కూడా నాది కాదండోయ్..

ఒకరోజు విశ్వనాథం.. క్యాంటీన్లో టీ తాగుతున్న నా దగ్గరకు వచ్చి.. "నీకు తన అక్క ఎవరో రాజేశ్వరి చెప్పిందా" అని మెల్లగా అడిగాడు..

"లేదు.. ఎవరుట..." అన్నాను....

దూరంగా.. మధుమిత.. రావటం చూసి విశ్వనాథం ఆ..గి..పో..యాడు..

ముువ్వల సవ్వడి
శానాపతి (ఏడిద) ప్రసన్నలక్ష్మి

రైలు పరుగెడుతుంది...!

ప్రయాణికులు ఎవరి మట్టుకు వాళ్ళు వారి మొబైల్ ఫోన్స్ ను చూసుకుంటున్నారు. కొందరు పత్రికలు చదువుకోవడంలో నిమగ్నమైతే... నిద్ర ఆపుకోలేని మరికొందరు కునికి పాట్లు పడుతున్నారు.

ఓ హిజ్రా చేతులతో తప్పెట్లు చరుస్తూ... మీది మీదికి వస్తుంటే... అక్కడున్న మగవారంతా తుళ్ళిపడ్డారు.

అప్పటికే మల్లికను అక్కడంతా వింతగా చూస్తున్నారు. మనసుల్లో అదో రకమైన భయం, జుగుప్సా, ఎక్కడ చెయ్యేసి పట్టుకుంటుందోనని. అందుకేనేమో... తమ వంతు ఎలాగూ తప్పదని, పర్సుల్లోంచి డబ్బులు తీసి సిద్ధంగా పట్టుకుని వున్నారు కొంతమంది.

మల్లిక చేతుల్లో డబ్బులు నిండుకుంటుంటే... పైట మాటున జాకెట్టులో కూరుకుంటూ... ఇవ్వని వాళ్ళని ఒక ఆట పట్టిస్తుంది. భరించలేని కొందరు చేసేదిలేక... ఎంతో కొంత ఇచ్చి వదిలించుకుంటున్నారు. అదంతా చూసే వాళ్లకు నవ్వుల పండుగ్గా ఉంది. ఆ మనిషిని చూస్తుంటే... 'ఆమె' అని అనాలో, 'అతను' అని అనాలో తెలియని వింత శరీర సౌష్టవం ఆ వ్యక్తిది.

పిల్లలకైతే... మహా విద్దూరంగా ఉంది. "ఎవరమ్మా అలా వున్నారు? ఆంటీయా...? అంకులా...?" అమాయకంగా అడుగుతున్న కొడుకు నోటిని మూసేసింది వాళ్ళమ్మ.

ఆ పిల్లవాడి మాటలు మల్లిక చెవిన సోకక పోలేదు. తనకు తెలుసు... పసిపిల్లల మొదలు ముసలి వారి వరకూ తననొక వింతమనిషిగా చూస్తారని. ఇలా పెరగడం నాలోపం కాదు కదా. నా ఇష్టానికి తగ్గట్టుగా నేను మసులుకోవడం నేను చేస్తున్న తప్పా...? నా పుట్టుక కూడా ఒక జీవితమేనా...? ఆ దేవుడిచ్చిన జన్మనే భరిస్తున్నాను. మల్లిక మనసులో భరించలేని వేదన ముసురుకుంది.

మగవాడనే వారిని ఏ ఒక్కరినీ వదలకుండా, డబ్బులు వసూలు చేస్తూ, ముందుకెళ్తున్న మల్లిక రైలు గుమ్మం దగ్గర ముడుచుకుని కూర్చున్న ఓ వృద్ధురాలిని చూసి ఒక్కసారిగా ఆగిపోయింది. ఆమెను చూడగానే... కళ్ళముందు తన అమ్మ కనిపించింది. అమ్మని తల్చుకోగానే కళ్ళనీళ్ళు ఉబికివచ్చాయి. ఆ వృద్ధురాలి చర్మం పలచబడి నరాలు బయటపడి ... ఎముకలు గూడు మాత్రమే మిగిలి కృశించిపోయిన ఆమెను చూస్తే గుండె తరుక్కుపోయింది మల్లికకు.

"అమ్మా...! నువ్వేమైనా తిన్నావా..?" ప్రేమగా మల్లిక పలకరించేసరికి... ఆ వృద్ధురాలు తల పైకెత్తి చూసింది. లోతుకుపోయిన ఆ కళ్ళల్లో... ఎన్నో రోజుల ఆకలి తాండవిస్తుంది. ఆమె అలా చూస్తుంటే... మల్లిక కళ్ళలో నీళ్ళు గిర్రున తిరిగాయి. తడి బారిన ఆ చెమ్మకు కాటుక కరిగిపోతుంటే... పైట చెంగుతో కళ్ళను ఒత్తుకుంటూ... జాకెట్టులోకి చేయి పెట్టి చేతికి వచ్చిన నోట్లను ఆ వృద్ధురాలి చేతిలో పెట్టింది. ఆమెను కొడుకులు గాలికి వదిలేశారని తెలిసి... మరింతగా చలించిపోయింది.

మా ఊర్లో మా అమ్మ ఎలా ఉందో...? మనసు మబ్బు పట్టినట్టుగా ఏ క్షణాన్నైనా కళ్ళలోంచి కన్నీళ్ళు కురిసేలా ఉన్నాయి. ఈ వృద్ధురాలిని చూడగానే... అమ్మను చూడాలనే కోరిక తట్టింది ఇన్నాళ్ళకు...!

మల్లిక రైలు దిగి వెళ్ళిపోలేదు. ఆ రైలు రాజమండ్రి మీదుగానే వెళ్తుంది కాబట్టి... ఏదో ఆశయంతో తనూరు వెళ్ళడానికే నిశ్చయించుకుని... ఓ కిటికీ ఓరగా కూర్చుంది. రైలు పరుగెడుతూనే ఉంది... తనని గతంలోకి లాక్కెళ్తూ...!

మల్లిక ఆ ఇంటి గారాలపట్టి. కాదు కాదు మల్లికగా మారిపోయిన మహేష్ అనే వాడని చెప్పుకుంటే బాగుంటుందేమో...!

రాజేశ్వరి,రామారావులకు ఇద్దరు తర్వాత మూడో సంతానం తాను. అందరికంటే చిన్నవాడవ్వడం వలనేమో... తల్లి ఎంతో ముద్దు చేసేది. అమ్మ కొంగు పట్టుకు తిరుగుతూ... అమ్మనే గమనించడం చేస్తుండేవాడు. అమ్మ బొట్టు పెట్టుకుంటుంటే తానూ పెట్టించుకునేవాడు. చిన్నపిల్లాడు అలా అడిగి పెట్టించుకుంటుంటే... ఆ తల్లి ఎంతగా మురిసిపోయేదో. రానురాను అదొక పిచ్చిగా ముదిరిపోయింది మహేష్ కి.

వయసు పెరుగుతున్న కొద్దీ... అతనిలో అలంకారాలు ఎక్కువయ్యాయి. రోజులో ఎక్కువసేపు అద్దం ముందే గడిపేవాడు. బొట్టు పెట్టుకోవడం, కాటుక దిద్దుకోవడం, పెదాలకు రంగు పూసుకోవడం, తల్లో పూవును పిన్నుతో తగిలించుకోవడం, గుండెలపై ఒక తువ్వాలు గుడ్డను పడేసుకుని వయ్యారంగా నడిచి చూసుకోవడం, సన్నటి గొంతుకతో ఆడదానిలా మాట్లాడడం...ఇలా ఎన్నో అలవాట్లుగా మారిపోయాయి.

ఆఖరికి అమ్మ పెట్టుకునే మువ్వల పట్టీలుపై కూడా కన్నేశాడు. "అమ్మా... ఇవి తీసివ్వమ్మా! నాకు పెట్టుకోవాలని ఉంది..." అని అదే పనిగా అడుగుతున్న కొడుకును సున్నితంగా వారించేది తల్లి.

"హుష్... తప్పు మహేష్! ఇలాంటివి నువ్వు పెట్టుకోకూడదు. నువ్వు మగాడివి. మగాడుగానే ఉండాలి. రోజంతా నువ్వు చేస్తున్న పనులన్నీ గమనిస్తానే వున్నాను. అదేపనిగా అద్దం ముందు కూర్చుని ఆడదానిలా సింగారించుకోవడం ఏమీ బాగోలేదు. నిన్ను చూసి అందరూ నవ్వుతుంటే నీకేమీ సిగ్గనిపించడం లేదా...?" అని తల్లి మందలిస్తూ అడుగుతుంటే... అప్పుడర్థమయ్యింది తనకు. అందరూ తనను చూస్తూ "ఆడింగోడు" అని ఎందుకనుకుంటున్నారో...?

"అవునూ... వీళ్ళందరికీ ఎందుకమ్మా...? నేనసలు ఎలా తయారైతే వీళ్ళకేమైంది...? అందరూ నన్నెందుకు అదోలా చూస్తున్నారు...? చెవుల్లో ఏదో చెప్పుకుని నవ్వుకుంటూ వుంటారు. అందరిలా నన్నెందుకు చూడ్డం లేదు...? బొమ్మలకు పెళ్ళిళ్ళు చేద్దామంటే... ఎవరూ ఆడనంటున్నారు. వాళ్ళు ఆడే బంతాటలూ, దొంగాటలు నాకు నచ్చడం లేదు. నాతో ఎవరూ ఆడుకోరు. సరిగా మాట్లాడరు..." తల్లితో చెప్పుకుని బావురుమన్నాడు మహేష్.

ఆ మాటలన్నీ... విన్నట్టున్నారు అన్నలిద్దరూ.

"ఒరేయ్...! నిన్ను చంపేస్తాం. నీ మూలాన మేము అందరిలో తలెత్తుకోలేకపోతున్నాం. ఆ ఆడంగి వేషాలు మానకపోతే నీ కాళ్ళూ చేతులూ కట్టి

ఇంట్లోనే కూర్చోబెడతాం. ఊర్లో అంతా మీ తమ్ముడేంటి ఆడదానిలా నడుస్తున్నాడు అని అడుగుతుంటే... మాకు తలవంపుగా ఉంది. మగాడుగా పుట్టావు. మగాడు లక్షణాలు అలవర్చుకో" అంటూ కొట్టినంత పనిచేశారు. అన్నలిద్దరూ ఒకేసారి విరుచుకుపడ్డంతో... బెదిరిపోయాడు పాపం మహేష్. తల్లి చాటుకెళ్లి దాక్కున్నాడు. గారాల కొడుకవ్వడంతో... ఆ తల్లికి పాపమనిపించింది. కన్నతల్లి మహేష్ ని వెనకేసుకొచ్చి వారించడంతో... అన్నలిద్దరూ అంతటితో ఆపేశారు.

యుక్త వయసు వచ్చేసరికి రాను రాను స్త్రీలలో వుండే లక్షణాలన్నీ మరింతగా ప్రభావితం చేస్తున్నాయి మహేష్ ని. చాటుమాటుగా ముస్తాబవుతున్న అలంకరణతో బాహాటంగా నిత్యం సింగారించుకోవాలన్న తపన ఎక్కువైపోయింది. తానింకా అక్కడే ఉంటే... ఇంట్లోనూ, బంధువుల్లోనూ మరింత చులకనగా చూస్తా... నవ్వులపాలు చేస్తారని ముందే గ్రహించి... ఎవరికీ చెప్పాపెట్టకుండా... ఇంట్లోనుంచి వెళ్లిపోయాడు మహేష్.

తాను పూర్తిగా స్త్రీగా కనిపించాలనే కోరికతో... హిజ్రాల్లో ఒకడిగా చేరిపోయాడు. మహేష్ కాస్తా మల్లికగా పేరు మార్చుకుని వారిలో కలిసిపోయాడు. వారు చేసుకున్న జల్సా పండుగల్లో మొదటిసారిగా ఎంతో ఆనందాన్ని పొందింది మల్లిక.

ఆరోజు నుంచి ఈరోజు వరకూ... తన స్నేహితులతో కలిసి సంతోషంగా, సరదాగా సాగిపోతుందంటే తన లాంటి వారి మధ్యకు రావడం వల్లే. అక్కడున్నవారంతా చదువుకున్నవారే అయినా అంతా నిరుద్యోగులే. పేదవారైనా...సంపన్నులైనా అందరిదీ ఒక్కటే జీవన విధానం. పొట్టకూటికోసం రైళ్లలోనూ, బస్సుల్లోనూ, షాపుల్లోనూ అడుక్కుంటే చాలు... రోజూ జల్సాగా గడిపేయొచ్చు. వారెంటో అర్థమయ్యే వారి మధ్య వారికి అందమైన ప్రపంచం కనిపించేది. అందుకే మల్లిక మందారంగా వికసించింది వారందరి మధ్య.

ఈరోజు ఆ వృద్ధురాలిలో తన తల్లి కనిపించేసరికి ...తన గతమంతా కళ్ళముందు గిర్రున తిరిగి ఆగింది, తాను దిగాల్సిన స్టేషన్ రావడంతో.

పదేళ్ల తర్వాత... బరువెక్కిన గుండెలతో రైలులో నుంచి కిందకి దిగింది మల్లిక.

★ ★ ★ ★

మల్లిక తన ఊరిలోకి అడుగు పెట్టింది...!

ఒక్కో ప్రదేశాన్ని చూస్తూ వెళ్తుంటే... తన వెంటపడి వెక్కిరించిన జ్ఞాపకాలు తరుముతున్నట్టనిపించాయి.

అదిగో... ఆ రావి చెట్టు కాదే కదూ... తాగిన మైకంలో మునసబు గాడు నన్నేదో చేయబోతే... తప్పించుకుని పారిపోయాను....

నేను చదువుకున్న ఈ బళ్ళో కుర్రోళ్ళంతా... నన్ను చూసి వెకిలిగా నవ్వుతుంటే... ఎందుకలా నవ్వుతున్నారో అర్థంకాకే కదా... నాలో నేను ముడుచుకుపోయాను...

ఈ హోటలు దగ్గరే కదా... నన్ను వంటలో సాయపడమని కూరగాయలు కోయించుకుంటూ... పప్పులు రుబ్బించుకునేవారు. ఒక్కో సంఘటనా గుర్తుకొస్తుంటే తనలో తానుకుంటూ నడుస్తుంది.

ఇలా అడుగడుక్కీ ఎన్నో అవమానాలు పడ్డ రోజులు కళ్ళముందు మెదిలి కళ్ళు తడిబారుతున్నాయి మల్లికకు.

"అదిగో... ఆ వచ్చేవాడు అప్పుడెప్పుడో మనూరొదిలి వెళ్ళిపోయిన మహేష్ గాడిలా ఉన్నాడే. అచ్చం ఆడదానిలాగే రూపుదిద్దుకుని ఎంత ముద్దొస్తున్నాడో...!" ఇంటి దగ్గర్లోకి వస్తుంటే...ఎవరో చూసి పోల్చడంతో తన వెనకే... నవ్వులతో వెంటబడ్డారు కొందరు. మనసులో బాధగా వున్నా... వారడిగే ప్రశ్నలకు పైకి నవ్వుతూ బదులిస్తూనే ఇంటికి చేరింది మల్లిక.

"అమ్మా...!" అంటూ పిలిచింది.

తల్లిని చూడాలన్న తపనతో మల్లిక గుండెల్లోంచి ఎంతో ఆర్ధతతో పొడుచుకొచ్చిందా పిలుపు.

తలుపు తీయాల్సిన అమ్మ స్థానంలో మరెవరో వచ్చి తలుపు తీసేసరికి ముఖం వాడిపోయింది మల్లికకు.

"ఎవరు నువ్వు...?" చిరాగ్గా చూస్తూ అడిగింది.

"ఇది మా ఇల్లు కాదా...?" విస్తుపోతూ అడిగింది.

"కాదు మా ఇల్లు. ఈ ఇంటావిడ చనిపోతే... ఆవిడ కొడుకులు ఈ ఇంటిని మాకమ్మేశారు." చెప్పిందావిడ.

తల్లి చనిపోయిందన్న విషయం వింటూనే అక్కడే కళ్ళు తిరిగి పడిపోయింది మల్లిక.

అదంతా చూస్తున్న పక్కింటి పార్వతమ్మ ఆ వచ్చింది ఎవరో గుర్తుపట్టి పరుగున వచ్చింది. మొహంపై నీళ్లు జల్లి...గ్లాసుతో నీళ్లు తాగించి కూర్చోపెట్టింది.

"అరె... నువ్వా మహేష్! ఇన్నాళ్లూ ఎక్కడికిపోయావు...? మీ అమ్మ నీమీద బెంగతో నిన్ను తలవని రోజంటూ లేదు. ఆవిదను మీ అన్నలిద్దరూ ఓదార్చేది పోయి... 'పోయినోడు పోయాడు. మనకు శని విరగడయ్యింది. వాడికోసం ఎందుకేడుస్తావు' అంటూ సాధించేవారు. మీ అమ్మనసలు పట్టించుకునేవారు కాదు. రాను రాను ఆరోగ్యం పాడై... మూడేళ్లు మంచం మీదే మూలిగింది. కానీ ఏనాడూ మీ అన్నలిద్దరూ ఆసుపత్రికి తీసుకెళ్లిన పాపాన పోలేదు. మీ అమ్మ బ్రతికుండగానే మీకున్న పొలాల్ని పంచేసుకున్నారు. మీ అమ్మ చనిపోయిన వెంటనే ఈ ఇల్లు కూడా అమ్మేసి... ఆ పాడుబడ్డ గుడి దగ్గర... అద్దె ఇంట్లోకెళ్లిపోయారు." అంటూ తాను ఊళ్లో లేని ఈ పదేళ్ల కథనూ వినిపించింది .

మల్లికకు తన తల్లి చావు గుండెను కుదిపేసినా... అదంతా విన్న మల్లికలో... ఏదో ఆవేశం గుప్పుమంది. "మా అన్నలిద్దర్నీ కలిసొస్తాను పిన్నీ" అంటూ వెళ్లబోతున్న మల్లికను ఆపింది పార్వతమ్మ.

"ఒక నిమిషం మహేష్! నువ్వు వస్తే మీ అమ్మ నీకిమ్మని ఒక బరిణ ఇచ్చింది తీసుకెళ్లు" అంటూ లోపలికెళ్లొచ్చి ఆ బరిణను చేతిలో పెట్టింది పక్కింటి పార్వతమ్మ.

దాన్ని భద్రంగా పైట కొంగుకి కట్టి... అన్నయ్యల్ని కలవాలని వెళ్లింది. మల్లికను చూస్తానే... చిరుబుర్రులాడారు. "మళ్లీ ఎందుకొచ్చావురా... ఆడింగెదవా...తేడా గాడా ..." అంటూ వచ్చీ రాగానే నోరిచ్చుకుపడుతున్న అన్నలిద్దర్నీ..."ఆపండి" అంటూ గట్టిగా ఒక అరుపు అరిచింది.

"ఒరేయ్ అన్నయ్యలూ..! నేనిలా పుట్టడం నా పొరపాటు కాదన్న విషయాన్ని మీరెందుకు అర్థం చేసుకోరు...? పోనీ... సక్రమంగా పుట్టిన మీ బుద్ధి ఏమయ్యిందిరా...? కన్నతల్లిని కళ్లారా చూసుకుందామని ఎంతో ఆశగా వచ్చాను. నాన్న మన చిన్నతనంలో పోగొట్టుకున్న అమ్మ మనల్ని ఎంతో కష్టపడి పెంచింది. అలాంటి అమ్మను మీరు కళ్లలో పెట్టుకుని చూసుకోవాల్సింది పోయి... తను బతికుండగానే ఆస్తుల్ని పంచేసుకుని... తిండి పెట్టకుండా ఆకలితో మాడ్చేశారు. అనారోగ్యం పాలైనా వైద్యం చేయించకుండా... మీరే చేతులారా చంపేశారు. అమ్మ బ్రతికుండంటే... నాతోనే ఉంచుకుంటూ... నేనెంతో సంపాదించిన డబ్బుతో... పుట్టి పెరిగిన ఈ ఊరికి ఏదో ఉపకారం చేద్దామనే ఆశయంతో ఇక్కడకు వచ్చాను. నేను ఈ ఊరు విడిచి

వెళ్లిపోయినా... ఇప్పటికైనా మీలో మార్పు వచ్చి వుంటుందేమొనని... నన్నూ ఓ సాటి మనిషిగా ఆదరిస్తారని ఎంతో నమ్మకంతో మళ్లీ తిరిగి వచ్చాను. కానీ చీడ పట్టిన మీలాంటి వాళ్ళ దగ్గరకు రావడం నాదే బుద్ధి తక్కువ. మీరెప్పటికీ మారరు. మాలాంటి వాళ్ళను చులకనగా చూడ్డమూ మానరు. ఇలాంటి చోట ఏం చేసినా వ్యర్థమే.”

నేను తృతీయ ప్రకృతిగా పుట్టినా... నాకూ మనసుంది. మానవత్వమూ ఉంది. మీరు ఓ మగాడిగా సక్రమంగా పుట్టి కూడా మానవత్వమంటూ లేక మనసు లేని మనుషులు మీరు. కన్నతల్లిని కూడా పట్టించుకోకుండా... స్వార్థపరులై విభిన్న మనస్తత్వాలతో ఉన్న మీరా? లేక నేనా...? ఎవరు తేడా...?” అంటూ సమాధానం చెప్పలేని ప్రశ్నతో... అన్నల్ని ప్రశ్నించి కళ్ళు తుడుచుకుంది మల్లిక.

వెళ్తూ వెళ్తూ... చీరకొంగు ముడి విప్పి... అమ్మ తనకోసం ఇచ్చిన బరిణ మూతను... ఎంతో ఆత్రుతగా తీసింది.

అందులో... తన కళ్ళను తానే నమ్మలేని ముచ్చటైన ‘అమ్మ’ జ్ఞాపకం....

బాల్యం నుంచీ తానెంతో కోరిగ్గా ఎన్నోసార్లు అడిగి లేదనిపించుకున్న అమ్మ కాళ్ళకుండే... ‘ముువ్వల పట్టీలు.’ వాటిని కళ్ళకద్దుకుని... తల్లిని తలచుకుంటూ... కాళ్ళకు తగిలించింది. వయ్యారంగా అడుగులు వేస్తూ నడుస్తుంటే... ఆ పట్టీల ‘ముువ్వల సవ్వడి’ మల్లిక కెంతో ఆహ్లాదంగా అనిపించి తల్లి తనవెంటే అడుగులేస్తున్న అనుభూతికి లోనయ్యింది. అమ్మ ప్రేమతో తనకోసం జ్ఞాపకంగా ఇచ్చినా... తనకెంతో అపురూపమైన, విలువైన కానుక ఆ పట్టీలు. చిన్నతనంలో మనసుపడ్డ అమ్మ వస్తువును ఇన్నళ్ళకు సాధించుకున్నాన్నన్న గర్వంతో అక్కడ నుంచి మల్లిక కదిలి వెళ్ళిపోతుంటే... అన్నలిద్దరికీ మరిక నోటమాట రాలేదు....!!★

రామబంటు

కొత్తపల్లి రవి కుమార్

గుమ్మాలకు కట్టిన మామిడి తోరణాలతో, గడపలకు రాసిన పసుపుతో, వాకిట్లో వేసిన రంగవల్లులతో, సుందరంగా తీర్చిదిద్దిన అరటి బోదల ద్వారాలతో వృద్ధాశ్రమం అంతా ఆ రోజు పండుగ వాతావరణంతో కళకళలాడుతోంది. అక్కడ ఉన్న వృద్ధులందరూ ఆ వృద్ధాశ్రమాన్ని ఇలా అందంగా తయారు చేసే పనులలో నిమగ్నమై ఉన్నారు. అప్పుడే నిద్ర లేచిన తులసీ రామచంద్రయ్యలకు మాత్రం అందరూ ఇంతలా ఎందుకు ముస్తాబు చేస్తున్నారో అర్థం కాలేదు.

తులసీ రామచంద్రయ్యలు ఈ వృద్ధాశ్రమానికి వచ్చి పదిహేను రోజులే అవుతోంది. అక్కడున్న వారందరితోనూ ఇంకా పూర్తిగా పరిచయాలు కూడా చేసుకోలేదు. వాళ్ళకి కేటాయించిన గదిలోనే పూర్తిగా గడుపుతూ అప్పుడప్పుడూ చుట్టం చూపుగా అందరికీ కనబడుతున్నారు. ఆ గదిలోనే మగ్గిపోతూ, తమ జీవితంలో జరిగిన చేదు సంఘటనలను నెమరువేసుకుంటూ, పాత జ్ఞాపకాల పలకరింపులతో కాలక్షేపం చేస్తున్నారిద్దరూ. అందుకే వృద్ధాశ్రమంలో జరిగే కార్యక్రమాలు కూడా వీరిద్దరికీ పూర్తిగా తెలియదు.

తన దగ్గర ఉన్న పంచాంగాన్ని తీసి చూసాడు రామచంద్రయ్య. ఆ రోజు పండుగలేమీ లేవు. అదే విషయాన్ని అటుగా వెళ్తున్న సాంబయ్య ని అడిగాడు రామచంద్రయ్య.

"సాంబయ్య గారూ! ఏమిటీ ఇంత హడావుడిగా ఉంది. ఈ ఆశ్రమమంతా ఇంత బాగా ముస్తాబు చేస్తున్నారు. ఏమైనా విశేషమా?" అని అడిగాడు రామచంద్రయ్య.

"అవును రామచంద్రయ్య గారూ! ఈ రోజు చాలా విశేషమైన రోజు. ఈ ఆశ్రమాన్ని స్థాపించిన మన అంజిబాబు గారికి చాలా ఇష్టమైన రోజు. ఆయనకి పునర్జన్మ వచ్చిన రోజు. ఆయన ఈ రోజుని చాలా పెద్ద పండుగగా జరుపుకుంటారండి. ప్రతీ యేడు మేము సంబరాలు జరుపుకునేది కూడా ఈ రోజే " అని ఆనందంగా చెప్పాడు సాంబయ్య.

అంజిబాబు పేరు వినగానే ఒక్కసారిగా రామచంద్రయ్య గుండె వేగంగా కొట్టుకోవడం ఆరంభించింది. ఈ అంజిబాబు గారు మన అంజి గాడేనా అని మనసులో చిన్న అనుమానం కలిగింది. మళ్ళీ "అయినా మన అంజిగాడు, ఈ అంజిగారు ఒకటి ఎలా అవుతారు " అని తనలో తానే సమాధాన పడి గతాన్ని గుర్తు చేసుకున్నాడు రామచంద్రయ్య.

★★★

ఆ రోజు, రామచంద్రయ్య పొలాలు బాగా పండి వచ్చిన లాభంలో కొంత వాటా తన చెల్లికి ఇవ్వడానికి పట్నం వెళ్ళాడు. పని ముగించుకుని బయల్దేరేటప్పటికి సాయంత్రం అయిపోయింది. ఈ రాత్రికి ఉండిపొమ్మని చెల్లి, బావ ఎంతో బతిమిలాడారు. కానీ చిన్నపిల్లలతో మీ వదిన కంగారు పడుతుందని చెప్పి సాయంత్రం బండికి బయల్దేరిపోయాడు. రైలు దిగేటప్పటికి రాత్రి పదకొండు గంటలయ్యింది. రైల్వే స్టేషన్ నుండి తన ఊరికి చేరుకోవాలంటే నాలుగు కిలోమీటర్లు నడిచి వెళ్ళాలి. ఆ రోజుల్లో ఊళ్ళోకి వెళ్ళడానికి ప్రయాణ సదుపాయాలు లేవు. పైగా రాత్రి పూట. పోనీ కబుర్లు చెప్పుకుంటూ వెళ్దామన్న రామచంద్రయ్య ఒక్కడే రైలు దిగాడు. ఎటు చూసినా చిమ్మ చీకటి. చిన్న లాంతరు వెలుగు కూడా కనబడట్లేదు.

గుండెను చేత్తో బట్టుకుని ఇంటి దారి పట్టాడు రామచంద్రయ్య. తెలిసిన దారే కావడంతో గోతులు, తుప్పలు దాటుకుంటూ వెళ్తున్నాడు. అయినా చీకట్లో ఏ అవాంతరమైనా ముంచుకొస్తుందని మనసులో భయపడుతూ కొంచెం పరుగు లాంటి నడకతో వేగంగా నడుస్తున్నాడు. భయపడినట్టే కొంత దూరం వెళ్ళిన తర్వాత ఇద్దరు

దొంగలు రామచంద్రయ్య మీద దాడి చేసారు. కత్తులతో బెదిరించి చేతిలో సంచి, మెడలో గొలుసు లాక్కోబోయారు. అవి వారికి అందకుండా రామచంద్రయ్య వాళ్ళతో పెనుగులాడడంతో కత్తులతో బాగా గాయపరిచారు. ఆ గాయాలకు ఓర్వలేక సొమ్మసిల్లిపోయాడు రామచంద్రయ్య.

కళ్ళు తెరచి చూసేసరికి ఒక చెట్టు కింద ఉన్నాడు. పక్కనే సుమారు ఎనిమిదేళ్ళ కుర్రాడు ఉన్నాడు. పైన చొక్కా లేదు. చిరిగిపోయిన నిక్కరు, పాలిపోయిన ముఖంతో ఉన్నాడు. తన ఊళ్ళో గానీ, ఈ పరిసరాలలో గానీ అతన్ని ఎప్పుడూ చూడలేదు.

ఈ అబ్బాయి ఎవరా అని ఆలోచిస్తుండగా "అయ్యగోరు! ఇప్పుడు ఎట్టా ఉన్నాది? కంగారు తగ్గినాదా? ఇంద కూసింత ఈ గంగమ్మని గుటకేయండి. అంతా సద్దుమణుగుతాది" అని రామచంద్రయ్యకి నీళ్ళు అందించాడు ఆ అబ్బాయి.

కొంచెం తేరుకుని "ఎవరు బాబూ నువ్వు? వాళ్ళు నన్నేం చేసారు? నేను ఇక్కడికి ఎలా వచ్చాను?" అని అడిగాడు రామచంద్రయ్య.

"ఏదో పెద్దగా అరుపు విని ఇటువైపు వచ్చినాను అయ్యగోరు. అప్పటికే ఆ దొంగ నా కొడుకులు మిమ్మల్ని కత్తులతో రత్తాలొచ్చేటట్టు కోసెత్తన్నారు. ఇదిగో నా చేతిలో ఉన్న ఈ ఈటెలతో ఆళ్ళని బెదిరించి పంపేసినాను. ఆ తర్వాత మిమ్మల్ని ఈడకి లాక్కొచ్చినాను" అని చెప్పాడు ఆ అబ్బాయి.

"చాలా సంతోషం బాబూ! మీ అమ్మా నాన్నా ఎక్కడ ఉంటారు? నీ పేరేంటి?" అని అడిగాడు రామచంద్రయ్య.

"మాది ఈ ఊరికి దూరంగా ఉన్న తండా బాబు! నన్ను అందరూ అంజిగాడు అంటారండి. మా అమ్మకి, అయ్యకి అదేదో జబ్బొచ్చి దేవుడి దగ్గరకు పోయినారు. ఈ మద్దే మా మామ్మ కూడా నన్నిడిచిపెట్టి మా అమ్మానాయన కాడికి పోయినాది. నాకు ఎవరూ లేరు అయ్యగోరు" అని చెప్పాడు ఆ అబ్బాయి.

"అయ్యో! నీకు ఎవ్వరూ లేరా? సమయానికి వచ్చి కాపాడావు. ఇదిగో " అని వంద రూపాయల నోట్ల కట్ట ఆ అబ్బాయికి ఇవ్వబోయాడు రామచంద్రయ్య.

"ఏటిది అయ్యగోరు? నేను ఇట్టాంటి రంగు కాగితాలకి సాయాలు సేయనయ్యగోరు. అయినా మీరిలా ఇత్తారని తెలుసుంటే మిమ్మల్ని ఆ దొంగోళ్ళకే వదిలేసేటోడిని. ఇక ఆళ్ళకి, నాకు తేడా ఏటుండాది అయ్యగోరు?" అని ఆ కట్టను తోసిపుచ్చాడు అంజి.

చదువుకోకపోయినా కొందంత సంస్కారాన్ని నింపుకున్న అంజిని చూసి ముచ్చటేసింది రామచంద్రయ్యకి. స్వతహాగా శ్రీ రామ భక్తుడైన తను, ఆపదలో ఉన్నప్పుడు ఎందుకో ఆ ఆంజనేయ స్వామే ఈ అంజి రూపంలో వచ్చాడనుకుని "నీకు ఎవ్వరూ లేరంటున్నావుగా! నాతో వచ్చేస్తావా?" అని అడిగాడు రామచంద్రయ్య.

"నేనూరికే రానయ్యగోరు. నాకు పనిచ్చి ఇంత కూడెడతానంటే వత్తాను " అని మొహమాటం లేకుండా చెప్పేసరికి మనసులో నవ్వుకుని తనతో పాటు అంజిని ఇంటికి తీసుకెళ్ళాడు రామచంద్రయ్య.

★★★

కొడుకులిద్దరినీ ఒళ్ళో పడుకో బెట్టుకుని ఎప్పటినుంచో భర్త రాక కోసం ఎదురు చూస్తున్న తులసమ్మకి దూరంగా చిన్నటి వెలుగులో రామచంద్రయ్య రూపం కనబడేసరికి ప్రాణం లేచి వచ్చినట్టయ్యింది. ఇంటికి రాగానే ఎందుకు ఆలస్యం అయ్యిందని అడిగింది తులసమ్మ. జరిగినదంతా పూసగుచ్చినట్టు చెప్పి అంజిని పరిచయం చేసాడు రామచంద్రయ్య.

అంజి వాలకం చూసి అసహ్యించుకుంటూనే తన భర్త చెప్పాడని లోపలికి రానిచ్చింది తులసమ్మ. శుభ్రంగా స్నానం చేయమని అంజికి చేదబావి చూపించాడు రామచంద్రయ్య. స్నానం చేసిన తర్వాత తన పెద్ద కొడుకు బట్టలిచ్చి వేసుకోమన్నాడు. రామచంద్రయ్య పెద్ద కొడుకు, అంజి ఇంచుమించు ఒకే ఈడు వాళ్ళు కావడంతో అంజికి ఆ బట్టలు సరిపోయాయి. హాల్లో ఒక మూలన చోటిచ్చారు, అంజి పడుకోవడానికి.

పొద్దున్న లేవగానే మన ఇంట్లో ఇంకో మనిషి ఎవరో కొత్తగా వచ్చారని అంజి కేసి వింతగా చూసారు, కొడుకులిద్దరూ. ఆ విషయమే అక్కడున్న తండ్రిని అడిగారు. "ఆ అబ్బాయి పేరు అంజి. ఇప్పటినుండి ఇక్కడే ఉంటాడు. ఈ రోజు నుండి తనని మీరు ఒక సోదరుడిలా చూడాలి. తనతో మాట్లాడాలి, తనతో కలిసి ఆడుకోవాలి. సరేనా!" అని అన్నాడు రామచంద్రయ్య. అన్యమనస్కంగానే బుర్రలూపారు ఇద్దరూ.

ఇదంతా దూరం నుండి గమనిస్తున్న తులసమ్మకి నచ్చలేదు. తన కొడుకులతో సమానంగా అంజిని చూడడానికి తన మనసు అంగీకరించలేదు. ఎలాగైనా అంజిని ఒక పనివాడిలాగే ఉంచుదామనుకుంది. ఇలాగే తన కొడుకులిద్దరికీ కూడా నూరి పోసేది.

కానీ రామచంద్రయ్య మాత్రం ఆ ఆంజనేయుడే తనకు ఇలా మూడో కొడుకుగా వచ్చాడని మురిసిపోయేవాడు. తన కొడుకులతో పాటుగా అంజికి కూడా అన్నీ కొనిపెట్టేవాడు. తన కొడుకులు చదివే స్కూల్లోనే అంజిని చేర్పించాడు.

ఇదంతా చూసి ఓర్వలేకపోతున్న తులసమ్మ ఒకరోజు రాత్రి పనులన్నీ ముగించుకుని పడుకునే సమయంలో భర్తతో "ఏమండీ! అంజి మిమ్మల్ని ఆపద నుండి కాపాడాడు. కాదనను. కానీ మన రక్తం పంచుకుని పుట్టిన కొడుకులతో పాటుగా అంజిని చూడడం నాకు నచ్చట్లేదండి. మనవాళ్ళు కూడా అంజి మీద ద్వేషం పెంచుకుంటున్నారు. ఎంతోకొంత డబ్బు ముట్టజెప్పి అంజిని ఎక్కడికైనా పంపేయండి " అని అంది.

ఆ మాట విన్న వెంటనే రామచంద్రయ్య రక్కున మంచం మీదనుండి లేచి, ఎర్ర బారిన కళ్ళతో, గద్గద స్వరంతో "తులసీ! అంజి నన్ను ఆపద నుండి కాపాడాడని నువ్వు అంటున్నావు. నేను ప్రాణభిక్ష పెట్టాడంటున్నాను. ఆ రోజు అంజి అక్కడ లేకుండా ఉండుంటే నీ పసుపు కుంకాలు చెరిగిపోయేవి. ఆ రోజు అంజి నన్ను రక్షించకపోయుంటే ఈ రోజు నీ బిడ్డలు అనాథలయ్యేవారు. ఒక్కసారి అంజిని నా కళ్ళతో చూడు. నీకు అర్థమవుతుంది. అన్నీ డబ్బుతో ముడిపెడతామనుకోవడం నీ మూర్ఖత్వం తులసీ. ప్రపంచంలో అన్నీ డబ్బుతో కానలేము. నా గొంతులో ప్రాణం ఉన్నంతవరకు ఇంకోసారి ఈ ప్రస్తావన నా దగ్గర తీసుకుని రాకు" అని గట్టిగా చెప్పి పడుకున్నాడు.

అంజి విషయంలో తన భర్త ఎంత నిశ్చలభిప్రాయంతో ఉన్నాడో తెలుసుకుంది. కానీ తన భర్త అంజిని ఒక కొడుకుగా స్వీకరించినట్టుగా తను తీసుకోలేకపోతోంది. ఎంత చెప్పినా తన మనసు ఒప్పుకోవట్లేదు. తన కొడుకులతో సమాన స్థాయిని ఊహించలేకపోతోంది. ఇటు భర్తకి చెప్పలేక, అంజిని ఇంటి నుండి పంపించలేక తనలో తాను మథన పడింది. నివురు గప్పిన నిప్పులా అంజి మీద తన ద్వేషాన్ని పెంచుకుంది.

ఇలా రోజులు గడుస్తున్నాయి. అంజి చదువుకుంటూనే రామచంద్రయ్యకి పొలం పనులలో కూడా సాయం చేస్తున్నాడు. ఇంట్లో అన్ని పనుల్లోనూ చేదోడు వాదోడుగా ఉంటున్నాడు. ఇంత పని చేస్తూ చదువుకుంటున్నా అంజికి వీళ్ళద్దరి కంటే ఎక్కువ మార్కులు వచ్చేవి. ఇవన్నీ చూపించి మీరు ఎందుకూ పనికిరారని కొడుకులను దెప్పి పొడిచేవాడు. అంజి వల్లే తమ తండ్రి మమ్మల్ని తిడుతున్నాడని రోజు రోజుకి అంజి మీద పగను పెంచుకున్నారు కొడుకులిద్దరూ. కానీ అంజి మాత్రం వారిని సొంత తమ్ముళ్ళ్ని చూసేవాడు. వాళ్ళకి ఏ కష్టం రాకుండా చూసుకునేవాడు.

అంజి మీద రామచంద్రయ్యకున్న వాత్సల్యం, తులసమ్మకి ఉన్న ద్వేషం, కొడుకులిద్దరికీ ఉన్న పగలతో కాలచక్రం తిరుగుతోంది. అంజితో పాటు కొడుకులిద్దరూ డిగ్రీలు పాసయ్యారు. మంచి మార్కులతో డిగ్రీ పట్టా చేతిలో ఉన్న ఏ ఉద్యోగానికి వెళ్ళకుండా పొలం చూసుకోవాలని నిర్ణయానికి వచ్చాడు అంజి. రామచంద్రయ్య వద్దని ఎంత వారించినా వినకుండా వ్యవసాయం చేయడానికి నిశ్చయించుకున్నాడు అంజి. కొడుకులిద్దరికీ మంచి గవర్నమెంట్ జాబులు వచ్చి వేరే ఊళ్ళకి వెళ్ళి పోయారు. ఇక ఆ ఇంట్లో తులసీ రామచంద్రయ్యలతో పాటు అంజి ఒక్కడే ఉంటున్నాడు.

ఆ రోజు ఉదయాన్నే లేచి ఎప్పటిలాగే పొలం పనులు చూసుకోవడానికి అంజిని పిలిచాడు రామచంద్రయ్య. ఎంత పిలిచినా అంజి రాలేదు. ఇల్లంతా చూసాడు, ఎక్కడా లేడు. పొలానికి వెళ్ళాడేమోనని పొలం వెళ్ళి చూసాడు. అక్కడా లేడు. ఊరంతా తిరిగాడు. ఎక్కడా అంజి జాడ కనబడలేదు. తిరిగి తిరిగి నీరసంతో ఇంటికి చేరాడు రామచంద్రయ్య. ఇంటికి చేరగానే భర్తతో "అంజి జాడేమైనా తెలిసిందా అండీ? ఎక్కడికి పోయాడో? ఏమీ తినకుండా వెళ్ళాడు. పోలీసు కంప్లెంట్ ఇవ్వకపోయారా? అన్నట్టు చెప్పడం మర్చిపోయాను. మీరు నిన్న నాకిచ్చి బీరువాలో దాయమన్న పొలం తాలూకు లక్ష రూపాయలు కనబడట్లేదండి " అని అంది తులసమ్మ.

ఇది జరిగి సరిగ్గా ఇరవై ఏళ్ళవుతోంది. ఈ ఇరవై ఏళ్ళల్లో అందరూ అంజిని మర్చిపోయారు, ఒక్క రామచంద్రయ్య తప్ప. కొడుకులిద్దరికీ మంచి సంబంధాలు చూసి పెళ్ళిళ్ళు చేసాడు. అందరిలాగే వీళ్ళు కూడా తల్లి దండ్రులను పంచుకున్నారు. ఇంట్లో పని చేస్తుందని అత్తగారికోసం ఇద్దరు కోడళ్ళు పోటీ పడ్డారు. ఆ పోటీలో విజయం ఎవరివైపు రాక తలా ఒక నెల అత్తగారిని తమ వద్ద ఉంచుకునేటట్టు కోడళ్ళు రాజీ పడ్డారు. ఇదంతా చూస్తూ ప్రేక్షక పాత్రని పోషించారు కొడుకులు.

జరిగినంత కాలం ఏదో బాగానే జరిగింది. ఇక తులసీ రామచంద్రయ్యలు రోగాలకు బంధువులయ్యి మూల పడేసరికి కోడళ్ళిద్దరికీ అత్తామామల భారం తెలిసి వీళ్ళిద్దరినీ మీ దగ్గర ఉంచుకోమంటే మీ దగ్గర ఉంచుకోమని మరల పోటీ పడ్డారు. ఈ సారి కూడా కొడుకులిద్దరూ ప్రేక్షక పాత్రే పోషించారు. తమకు ఇంత ముద్ద పెట్టడానికి కొడుకులు, కోడళ్ళు ఇంతగా గొడవలు పడడం మింగుడు పడ లేదు రామచంద్రయ్యకి. ఆస్తిని మూడు భాగాలు చేసి, రెండు భాగాలను ఇద్దరు కొడుకులకిచ్చేసాడు. మిగిలిన ఒక భాగం ఆస్తితో తులసమ్మ చేయి పట్టుకుని, గుండెను చేత్తో పట్టుకుని, బయటకి తన్నుకొచ్చే బాధని దిగమింగుకుని ఇదిగో ఈ వృద్ధాశ్రమానికి చేరుకున్నాడు రామచంద్రయ్య.

★ ★ ★

వృద్ధాశ్రమాన్ని బాగా ముస్తాబు చేసారు, అక్కడున్న వృద్ధులందరూ. ఒక స్టేజ్ కూడా వేసారు. స్టేజ్ ని కూడా రంగు రంగుల కాగితాలతో, లైట్లతో అలంకరించారు. అందరూ ఆ స్టేజ్ ముందున్న కుర్చీల్లో కూర్చున్నారు. ఇంతలో ఒక పెద్దాయన స్టేజ్ మీదకి వెళ్ళి, మైక్ అందుకుని "అంజిబాబు గారు ఇప్పుడే వచ్చారు. మన కన్న వాళ్ళే కాదనుకున్న మనకు ఇంత చేస్తున్న ఆయన్ని మనమందరం

సత్కరించుకోవడం మన ధర్మం. అందుకే అంజిబాబు గారిని మనందరి తరపున స్టేజ్ మీదకి రావాల్సిందిగా కోరుతున్నాను" అని చెప్పాడు.

కూర్చున్న కుర్చీల మధ్యలో నుండి స్టేజ్ మీద కి వెళ్తున్న అంజిబాబు గారి కేసి చూసాడు రామచంద్రయ్య. నోరు వెళ్ళబెట్టాడు. "ఏంటి ఈయన మన అంజిగాడేనా" అని మనసులో అనుకుంటూ, ఇన్నాళ్ళకి అంజిని చూసిన ఆనందంతో ఉబ్బి తబ్బిబ్బు అవుతున్నాడు.

స్టేజ్ మీదకొచ్చిన అంజిని సన్మానించడానికి ముందుకొచ్చారు వృద్ధులు. వారిని వారించి మైక్ అందుకున్నాడు అంజి. "నేను ఇప్పుడు, ఇక్కడ ఈ స్థాయిలో ఉన్నానంటే అది నా గొప్పతనం కాదు. ఆ గొప్పతనం అంతా నన్ను పెంచి ఇంత వాడిని చేసిన వాళ్ళది. నన్ను కన్నది నా తల్లి దండ్రులైనా నాకు పునర్జన్మ నిచ్చింది మాత్రం తులసీ రామచంద్రయ్యలు. వాళ్ళు నాకు దైవంతో సమానం. కొన్నాళ్ళ క్రితం ఇదే రోజు నాకు మంచి లైఫ్ ని అందించారు. వాళ్ళే నన్ను చేరదీసి ఉండి ఉండకపోతే నేను ఏ చెట్టు మీదో, ఏ పుట్టలోనో ఉండేవాడిని. ఏమిచ్చినా వాళ్ళ రుణం తీర్చుకోలేను. ఈ సన్మానం వారికే దక్కాలి. ఇప్పుడు వాళ్ళు ఇక్కడే ఉన్నరు. వారిని సవినయంగా స్టేజ్ మీదకి ఆహ్వానిస్తున్నాను" అని స్టేజ్ దిగి తులసీ రామచంద్రయ్యలను దగ్గరుండి స్టేజ్ మీదకి తీసుకొచ్చి సన్మానించాడు అంజి.

తులసీ రామచంద్రయ్యలకు నోట మాట రాలేదు. ధారగా కారుతున్న ఆనంద భాష్పాలను తుడుచుకుంటూ "ఒరేయ్ అంజీ! ఎన్నాళ్ళయ్యిందిరా నిన్ను చూసి. ఎంత ఎదిగిపోయావురా? నిన్ను చూస్తుంటే నాకు చాలా గర్వంగా ఉంది. మా మీద ఇంత ప్రేమ ఉన్న వాడివి మమ్మల్ని వదిలి పెట్టి ఎలా వెళ్ళి పోయావురా?" అని అంజి ని గాఢంగా కౌగిలించుకున్నాడు రామచంద్రయ్య.

అంజి నోరు తెరచి సమాధానం చెప్పే లోపు తులసమ్మ మాట్లాడడం మొదలు పెట్టింది. "అంజి ఇంటి నుండి వెళ్ళి పోవడానికి ప్రధాన కారణం నేనేనండి. మీరు లేని సమయం చూసి అంజి తో నేను మాట్లాడాను" అని గతంలో అంజి తో మాట్లాడిన మాటలను ఒకసారి మరల చెప్పింది తులసమ్మ.

"నువ్వంటే మొదటి నుండీ మాకు ఇష్టం లేదు. రేపు వాళ్ళకి పెళ్ళిళ్ళయితే వాళ్ళ పెళ్ళాలు కూడా అసహ్యించుకుంటారు. అందుకే నువ్వు ఇప్పుడే ఇంటి నుండి వెళ్ళి పోవడం మంచిది. ఆయన ఉంటే నిన్ను వెళ్ళనివ్వరు. ఇదిగో ఈ లక్ష రూపాయలు తీసుకుని ఇంటి నుండి వెళ్ళిపో. ఇక ఎప్పుడూ మా కంట కనపడకు " అని ఆ లక్ష రూపాయలు ఇచ్చి పంపించేసానండి అని చెప్పింది తులసమ్మ. తను చేసిన తప్పుకి అంజి కాళ్ళ మీద పడబోయింది. అంజి, తులసమ్మని వద్దని వారించి ఇంటి నుండి వచ్చేసిన తర్వాత జరిగింది చెప్పుకొచ్చాడు.

"ఆ లక్ష రూపాయలు మన ఊరి బ్యాంకు లోనే డిపాజిట్ చేసి ఊరు వదిలి వచ్చేసాను. ముందు ఎక్కడికి వెళ్ళాలో తెలియలేదు. కానీ మీరు నాలో నింపిన ఆత్మ విశ్వాసంతో ముందుకు అడుగు వేసాను. మీరు చెప్పించిన చదువు నాకు జీవనోపాధినిచ్చింది. నాకొచ్చే జీతంలో దాదాపు తొంభై శాతం ఈ వృద్ధాశ్రమానికే ఖర్చు చేస్తున్నాను. కన్న పిల్లలు వదిలేసిన ఎంతో మంది అభాగ్యులకు ఇంత నీడ ఇస్తున్నానన్న తృప్తి మిగిలింది. నా అదృష్టమేమిటంటే నన్ను అర్థం చేసుకున్న భార్య దొరకడం " అని తన భార్యను పరిచయం చేసాడు అంజి.

"కంటేనే కొడుకులు కాదని మరోసారి రుజువు చేసావురా. ప్రేగు తెంచుకుని పుట్టిన కొడుకులే కళ్ళు లేని కబోదుల్లా మీరు మాకు అక్కర్లేదని రోడ్ మీద పడేసిన మాలాంటి తల్లి దండ్రులకు నువ్వే పెద్ద దిక్కయ్యావు. నువ్వు నిజంగా మాకు ఆ దేవుడిచ్చిన వరం రా!" అని మరల అంజి ని కౌగిలించుకున్నాడు రామచంద్రయ్య.

"నేనెప్పటికీ మీ రామబంటు నే అయ్యగారు" అని రెండు చేతులతో జోడించి ముందుకు సాగాడు అంజి, తులసీ రామచంద్రయ్యలతో.

మీరాబాయి

బి.నర్సన్

ఆడిటర్ కృష్ణమూర్తికి ఈ బ్రాంచి వైపు వస్తే రెండు పనులౌతాయి. ఆడిట్ చివరి రోజు కాబట్టి పేజీలపై సంతకాలు, ముద్రలు పూర్తిచేసి ఫైల్ ను మేనేజర్ టేబుల్ పై పెట్టాడు. ఆయన వచ్చిన ఆఫీస్ పని అయిపోయింది. మనసు పని మిగిలి ఉంది. కొటాల వెళ్లే బస్సు రావడానికి ఇంకా గంట టైముంది.

మిగితా సిబ్బంది దగ్గర కూచొని అటెండర్ రాములు గుస గుసగా ఏదో చెబుతున్నాడు. వారు కృష్ణమూర్తి వైపు చూస్తూ నవ్వుకుంటున్నారు.'రాములూ! వాళ్లకు ఏం చెప్పినావు, ముసి ముసిగా నవ్వుకుంటున్నారు' అన్నాడు. 'అదే సార్! మీరు వచ్చినప్పుడల్లా కొటాలకు ఎందుకు వెళ్తారు అని అడిగితే..' అని రాములు ఆగిపోయాడు.

'సార్! రాములు చెబితే సరిగ్గా అర్థం కాలేదు. మీ ప్రేమ కథ మీ నోటనే చెప్పరా?' అని అన్నారు మిగితా ఇద్దరు ఒకేసారి.

గడియారం వైపు చూసి క్లుప్తంగా చెప్పేందుకుకృష్ణమూర్తి సిద్ధమయ్యాడు. ఆయన చెప్పిన తీరుతో ఆ ప్రేమ కథ తెరపై చూస్తున్నట్లుగా ఉంది వారికి.

★ ★ ★

కొటాల అనే ఊరిలో కొత్తగా తెరిచిన బ్యాంకు, దానికి కృష్ణమూర్తి మేనేజర్. ఆయనకదే ఫస్ట్ పోస్టింగ్. గట్టి ఇల్లు దొరకక ఊరి సర్పంచ్ గోవిందు ఇంట్లోనే ఓ వైపు

ఆరంభించారు. పరిచయాల కోసం బయటికి వెళ్ళే కృష్ణమూర్తి ఈ రోజు సీట్లోనే కూచున్నాడు. అరుగుపై టక టక చప్పుడు వినవచ్చి తల ఎత్తి చూశాడు. చంకలో క్ర ఆధారంగా నడుస్తూ ఒక అమ్మాయి తనకి ఎదురుగా ఉన్నగది లోపలికెళ్ళింది. ఆ గది కిటికీకి పోస్టాఫీస్ అని బోర్డు తగిలించి ఉంది. ఆమె కిటికీ తెరవగానే ఎదురుగా కృష్ణమూర్తి కనబడేసరికి కొంచెం పక్కకు జరిగి కూచుంది. ఒక్క చూపుకే ఆమె రూపు ఆయన కళ్ళల్లో ముద్ర పడింది. వయసు పాతిక దాటి ఉండొచ్చు. రంగు చామన ఛాయ అయినా చక్కని వర్చస్సు. పోతపోసిన పల్లె అందంలా ఉంది.

ఉత్తరాల బ్యాగు తీసుకు వచ్చినాయన కొద్దిసేపటికి ఉత్తరాలు చేతిలో పట్టుకొని బయటికి వెళ్ళిపోయాడు. తలుపులు దగ్గరేసి ఆమె ఇంట్లోకి వెళ్ళింది. పల్లెటూరి పోస్ట్ మాష్టారన్నమాట. మరి ఆమె గోవిందు గారి బంధువా, ఆడమనిషి కాబట్టి ఈ ఇంట్లోనే సర్దుకొని ఉంటుందా.. ఏదైతేనేమి బ్యాంకు ఆవరణకు కళాకాంతులొచ్చినట్లుంది అనుకున్నాడు. మధ్యలో పెద్ద అరుగంత దూరమున్నా తలలెత్తితే ఇద్దరు ఎదురెదురే. ఎవరెంత వద్దనుకున్నా వారి చూపులు కలువకుండా ఉండలేకపోతున్నాయి. వ్యవహారం మెల్లగా చిరునవ్వుల పలకరింపుల దాక వెళ్ళింది.

ఓ రోజు తన వంటావిడతో 'గోవిందు గారింట్లో ఆ అమ్మాయి ఎవరు?' అన్నాడు మెల్లగా.

'గోవిందన్న బిడ్డనే... మీరా. ఆమె పుట్టగానే తల్లిని పోగొట్టుకున్నది. చిన్నప్పుడు కాలుకు కరెంటు షాక్ తగిలి మోకాలు దాకా మాడిపోయింది. వయసు వచ్చినా ఇంకా పెళ్ళి కాలేదు. గోవిందన్ననేమో ఎవరినైనా ఇల్లరికం తెచ్చుకుందామంటాడు. ఆమె అన్న, వదినలేమో కుంటి బుచ్చన్నకిచ్చి చేద్దామంటారు. బుచ్చన్న మీరాకు మేనబావనే. ఈ ఊరి మనిషె కానీ తాండూరులో పాన్ షాప్ నడుపుతాడు. చిన్నప్పుడే బుచ్చన్న కాళ్ళు చచ్చుపడి పోయినాయి. మూడు చక్రాల బండి మీద తిరుగుతాడు. మీరానేమో చచ్చినా బుచ్చన్ని చేసుకోను, ఒంటి కాలుతో ఒంటరిగానే ఉంటా అని మొండిగా చెప్పింది. కాలం గడుస్తనే ఉన్నది.' అని అందామె.

మహిళా పొదుపు సంఘాల ఖాతాల పుస్తకాల్లో లెక్కలు రాయడానికి ఊర్లోనే ఆ మాత్రం చదువుకున్నవారిని నియమించుకోవచ్చు. ఒక్కో గ్రూప్ నెలకు కనీసం ఇరువై రూపాయలు ఆ వ్యక్తికి చెల్లించాలి. ఈ పనీ మీరాకు అప్పగిస్తే ఎప్పుడు తన కళ్ళముందే ఉంటుందని కృష్ణమూర్తి ప్లాన్. మరి ఆమెకిది ఇష్టమేనా. ఆమె తండ్రి ఒప్పుకుంటారో అని ఆలోచిస్తుండగా గోవిందు బ్యాంకు ముందు నుండి ఇంట్లోకి వెళుతూ కనిపించాడు.

'గోవిందు గారూ!' అని పిలిచాడు. తల తిప్పి బ్యాంకు వైపు చూసిన గోవిందు వచ్చి కృష్ణమూర్తి ముందు కూచున్నాడు.

విషయాన్ని చక్కగా వివరించి 'ముందు ముందు గ్రూపులు పెరిగిన కొద్దీ ఇన్ కమ్ కూడా పెరుగుతుంది. కొంత చదువుకున్నవారిని చూసిపెట్టరా. లేడీస్ అయితే బాగుంటుంది' అన్నాడు వినమ్రంగా.

కూచున్న చోటే డబ్బులు వస్తాయనిపించగానే గోవిందు 'వేరెవరెందుకు, మా మీరా పది చదివింది. ఆమెనే చేస్తుంది' అన్నాడు.

'పోస్టాఫీస్ పని కాగానే బ్యాంక్ లో కూచోని ఆ పని చేసి పెట్టాలి' అన్నాడు మెల్లగా.

'అలాగే, రేపటి నుంచి వస్తుంది' అని వెళ్లి పోయాడు.

మర్నాడు పోస్టాఫీస్ పని పూర్తి చేసుకొని హుషారుగా బ్యాంకులో అడుగు పెట్టింది మీరా. అప్పటికే ఆమె కోసం సిద్ధంగా ఉంచిన టేబుల్, కుర్చీ వైపు చేయి చూపిస్తూ కూచోమన్నాడు కృష్ణమూర్తి. సరేనన్నట్లు చిరునవ్వుతో తల ఊపుతూ వెళ్లి చంకలో కర్రను గోడకు ఆనించి మెల్లగా కూచుంది. ఆమె చేయవలసిన పని అటెండర్ వివరించాడు. అలా దినం గడిచింది.

పలకరించకుండా ఉండలేక సాయంత్రం కృష్ణమూర్తి 'ఎలా ఉంది పని. ఈజీగానే ఉందా?'అని అడిగాడు.

నవ్వులు పూయిస్తూ తలాడించింది మీరా. ఆ ఎక్స్‌ప్రెషన్లో ఎన్నో అర్థాలున్నాయి.

పుస్తకాల్లో రాసే మరిన్ని విషయాలు కృష్ణమూర్తి చెపితేనే అర్థమవుతాయి.

ఓ రోజు 'వీటిని ఎలా రాయాలి' అంది దగ్గరికొచ్చి చెప్పమన్నట్లు ముఖం పెట్టి.

సీట్లోంచి లేచిన కృష్ణమూర్తి ఆమె పక్కకెళ్లి ముందుకు వంగి ఏమేమి రాయాలో వివరిస్తున్నాడు. ఇంతవరకు పరాయి మగవాడు ఆమెకు ఇంత దగ్గరగా రాలేదు. అదంతా ఆమెకు కొత్తగా, వింతగా, బెదురుగా ఉండడంతో ఒళ్ళంతా చెమటలు పడుతున్నాయి. చెప్పడం పూర్తయ్యాక ఆయన సీట్లో వచ్చి కూచున్నాడు. తల పూర్తిగా ఎత్తకుండా కృష్ణమూర్తి వంక చూస్తూ నాసటిపై చెమటను కొంగుతో అద్దుకుంది.

రోజు ఏదో చెప్పడానికి కృష్ణమూర్తి ఆమె వద్దకు వస్తున్నాడు.ఓ రోజు ఎప్పటిలా ఆమెకు ఏదో వివరిస్తున్నాడు. ఆసరాగా బల్లపై ఆయన వేసిన చేయిపై మీరా తన చేయి వేసి వాటి పైకి పుస్తకాన్ని జరిపింది. కృష్ణమూర్తి తన చేయి తీసుకోబోతే ఆమె అదిమి పట్టుకుంది.ఆ పట్టులో ఓ వేడుకోలు ఉంది, నా మనసు అర్థం చేసుకో అనే అభ్యర్థన ఉంది.

నా కోసమే నీవు ఈ ఊరికొచ్చావనే ఆహ్వానముంది. ఈ పంజరాన్ని బద్దలు కొట్టే శక్తి నీకే ఉందనే విశ్వాసముంది. చేతి భాష అర్థమవుతున్న కృష్ణమూర్తి ఏ భరోసా ఇవ్వలేని సందిగ్ధంలో చేయి వెనక్కి తీసుకున్నాడు. ఆ క్షణం ఆమె చూపుల్లో కదలాడిన నిరాశ కృష్ణమూర్తి గుండెను పిండేసింది.

ఆ రాత్రంతా ఆయనకు నిద్ర పట్టలేదు. కృష్ణమూర్తి ఊరు భీమవరం, తూర్పు గోదావరి జిల్లా. తండ్రి టీచర్, తల్లి హెడ్ నర్స్. మీరా గురించి వారికి చెబితే లోకంలో ఆడ పిల్లలే కరువైనట్లు కుంటిపిల్లను కట్టుకుంటావా అంటారు. ఇటు చూస్తే గోవిందుగారు గ్రామ పెద్ద. బిడ్డ కోసం కులమతాలు వదిలేస్తాడా. అసలు ఇవన్నీ ముందే ఆలోచించకుండా తను ఆ అమ్మాయిని బ్యాంకు దాకా ఎందుకు రప్పించినట్లు. కుంటి బుచ్చన్నతో పెళ్ళే వద్దని భీష్మించుక కూచున్న ఆమెలో, మొండిగా బతుకుతున్న ఆమెలో ఆశలు ఎందుకు రేపినట్లు. ఇదంతా తన తప్పు కాదా. నాలుగడుగులు వేయించి ఇదో అడుక్కి జారుకుంటే ఎంత పాపం.. ఎంత మోసం.. మీరాను చూస్తుంటే తనకసలు ఆమెలో ఏ వంకా గుర్తు రాదు. అన్నీ ఉన్న ఎంతో మంది కన్నా ఉత్తమురాలు. తనకైతే ఎలాంటి అభ్యంతరం లేదు కానీ తమ కన్నవారి నిర్ణయాలు ఎలా ఉంటాయి. ఇరు కుటుంబాలు కాదంటే మీరాను పొందే మార్గమేదీ అనేది తెల్చుకోలేక ఆయన తల బద్దలవుతోంది.

రోజుటిలా మీరా బ్యాంకులో కూచున్నా ఆమె కళ్ళలోకి చూసేందుకు కృష్ణమూర్తికి ధైర్యం చాలడం లేదు. ఏదైనా చెప్పాలనుకున్నా కొంత దూరం పాటిస్తున్నాడు. ఇష్టపడడం సాధ్యమే కానీ దాన్ని సాధించడం ఎంత కష్టమో అర్థమౌతోంది. ఇవన్నీ తలకెక్కని మీరా చిన్న పిల్లలా, బేలగా అప్పుడప్పుడు ఆయన వైపు చూస్తోంది.

కోరుకున్న అమ్మాయి ముందు చేతగానివాడిలా ఉండడం మగాడికి ఎంత తలవంపుగా ఉంటుందో ఆయనకు అర్థమవుతోంది. చివరకు ధైర్యం చేసి 'నాకు నిన్నుపెళ్ళి చేసుకోవడం ఇష్టమే కానీ మీ వాళ్ళేమంటారు' అని చీటీపై రాసి ఆమెకందించాడు. వెంటనే చదివిన ఆమె ఈ విషయం నాకొదిలేయ్ అన్నట్లు మెరిసే కళ్ళతో మౌన సందేశం పంపింది. మ్యాటర్ ఇంత ఈజీగా తేలేదా లేక ఈ అమ్మాయికి దీని లోతు అర్థం కాలేదా? సంతోషంతో పాటు కొంత అనుమానం కూడా ఉందాయనకు.

రోజు పోస్టాఫీస్‌లో పని కాగానే వచ్చే మీరా మర్నాడు బ్యాంకుకు రాకుండా అక్కడే కూచుంది. ఇంటి పనాయన వచ్చి 'మీరా అమ్మతో పని ఉన్న వాళ్ళు అక్కడికే పోవాలి.

గోవిందన్న చెప్పమన్నాడు' అని వెళ్ళిపోయాడు. పోస్టాఫీసులో కూచున్న మీరా తలెత్తడం లేదు. కొద్ది సేపటికి ఇంట్లోంచి గోవిందు, ఆయన కొడుకు కోడళ్ళ గొంతులు గట్టిగా వినిపిస్తున్నాయి. కృష్ణమూర్తి నోరెండిపోతోంది. కొన్ని నీళ్ళు తాగాడు.

ఇంట్లోంచి కోపంగా బయటికొచ్చిన గోవిందు కొడుకు సరాసరి కృష్ణమూర్తి వద్దకొచ్చాడు.

'ఏ(మ్రా! ఏ ఊ(రా నీది.. నువు సుట్టంవా కులపోడివా.. నీకు నా చెల్లె కావాల్నా.. మా ఇజ్జత్ తీసుటానికి మా ఊళ్ళెకచ్చినవా!' అని కృష్ణమూర్తి చొక్కా పట్టుకున్నాడు,

'ఏయ్ మర్యాదగా మాట్లాడు. ముందు షర్ట్ వదులు.'అన్నాడు భయపడుతూనే.

'నీకెందిరా మర్యాద. ముందు ఇంట్ల నుంచి బయటికి నడు. మళ్ళీ అడుగు పెడితే పాతి పెడతా!' అని కృష్ణమూర్తిని బయటికి నెట్టేశాడు.

ఏమి చేయలేక కృష్ణమూర్తి తలదించుకొని రూము వైపు నడిచాడు. బట్టలు సర్దుకొని ఊరు దాటాడు.

యూనియన్ వాళ్ళకు చెబితే వెంటనే మంచిర్యాల దగ్గరి (బాంచిలో అకౌంటెంట్ గా పోస్టింగ్ ఇప్పించారు. ఎక్కడున్నా ఆయన మనసంతా మీరాయే నిండి ఉంది. ఒక అశక్తత, ఆ(కోశం, ఆరాటం ఎటూ తేలడం లేదు. భరించలేక కాలీగ్స్ కి విషయం చెప్పాడు.

'భయమెందుకు. ఎల్లుండి ఆదివారం పోలీస్ దగ్గరికెళ్దాం. మీరిద్దరూ మేజర్స్. హెల్ప్ చేయమందాం! ' అని తోడు నిలిచారు.

శనివారం రోజున మధ్యాహ్నం మేనేజర్ టేబుల్ మీది టెలిఫోన్ రింగయింది.

'కృష్ణమూర్తి నీకే ఫోన్' అన్నాడాయన రిసీవర్ పక్కనపెట్టి.

'అమ్మను మాట్లాడుతున్నా! నాన్నకు ఆక్సిడెంట్ అయింది'

ఊహించని ఉప(దవం.

'ఇప్పుడే బయలుదేరుతున్నా' అని మరిన్ని ధైర్యవచనాలు చెప్పి ఊరెళ్ళాడు. స్కూటర్ పై వెళ్తున్న నాన్నకు వెనుక నుండి వేగంగా వచ్చిన కారు గుద్దింది. కుడి కాలు విరగడంతో పాటు తలకు, చేతులకు దెబ్బలు తాకాయి. వారం తర్వాత తండ్రి హాస్పిటల్ నుండి ఇంటికి రాగానే తిరిగి డ్యూటీలో చేరాడు.

కృష్ణమూర్తి బ్యాంకులోకి వెళ్ళగానే 'సార్..మీకు లెటరచ్చింది' అని ఇచ్చాడు అటెండర్.

'ఎప్పుడొచ్చింది' అనుకుంటూ కవరు చించి కాగితం బయటికి తీశాడు.

మొదటి లైను 'ప్రియమైన సారు గారికి' అని ఉంది. వెంటనే ఆయన చూపు చివరికి మళ్లింది. మీరా అని ఉంది. భయంగా కళ్ళు మిగతా అక్షరాల మీదికెళ్ళాయి.

అన్న వదినలు బలవంతంగా నా పెండ్లి మేనబావ బుచ్చన్నతో డిసెంబర్ 16 శుక్రవారం నాడు చేస్తున్నారు. వెంటనే వచ్చి నన్ను తీసుకు పోగలరు. ఎదురుచూస్తానే ఉంటాను.'

ఇవ్వాళ్ళ తారీఖు డిసెంబర్ 18. కృష్ణమూర్తి మైండ్ బ్లాక్ అయింది. ఎంత వేచి చూసిందో. ఎంత ఏడ్చిందో. ఎంత తిట్టుకుందో. వెనక్కి తిరుగని కాలం ఎంత శిక్ష వేసింది. ఇలా ఆలోచిస్తున్న కొద్దీ కృష్ణమూర్తి గుండె మరింత బరువెక్కింది. మిత్రులు ఓదార్చడం తప్ప ఏమీ చేయలేకపోయారు. మనః స్థిమితం లేని దినాలు, నిద్ర లేని రాత్రులతో రెండు వారాలు గడిచాయి.

కృష్ణమూర్తి ఓ రోజు బస్సెక్కి తాండూర్ లో దిగాడు. రోడ్డు పక్కనే ఉన్న హోటల్లోకెళ్ళి కూచున్నాడు. టేబుల్ పై నీళ్ళ గ్లాసు పెట్టిన అతనితో 'ఇక్కడ బుచ్చన్న పాన్ షాప్ ఎక్కడ?' అని అడిగాడు.

అతను చక్కగా చేయెత్తి రోడ్డుకు ఆవలి వైపు చూపాడు. ఇక్కడి నుండి స్పష్టంగా కనబడుతోంది. చిన్న పాన్ షాపులో నల్లగా బక్కపలచగా ఒకాయన కూచోని ఉన్నాడు. షాప్ పక్కనే ఆనుకోని మూడు చక్రాల బండి ఉంది. పగలు ఒంటిగంట దాటింది. కొద్దిసేపటికి అక్కడికి వచ్చిన మీరా లంచ్ బాక్స్ భర్తకిచ్చి స్టూల్ పై కూచుంది. బుచ్చన్న ఏదో అంటున్నాడు. ఆమె జవాబుగా తల ఆడిస్తోంది గాని ముఖంలో ఏ భావము లేదు. కొద్దిసేపటికి ఆమె వచ్చిన దారిన వెళ్ళిపోయింది. ఉండలేక కృష్ణమూర్తి వెనక్కి వచ్చేశాడు.

కాలం మౌనంగా గడిచిపోతోంది. మనసును ఊరడించలేక అప్పుడప్పుడు తాండూర్ వెళ్ళి దూరం నుండే మీరాను చూసి వస్తున్నాడు. ఓసారి షాపు మూసి ఉంది. టీ తెచ్చినాయనతో 'ఆ పాన్ షాప్ మూసి ఉంది' అన్నాడు.

'అయ్యో తెల్వదా సార్! పేపర్ల గూడా వచ్చింది. బుచ్చన్నకు ఆక్సిడెంట్ అయింది. రాత్రి ఇంటికి పోటానికి రోడ్ క్రాస్ చేస్తుంటే బండికి లారీ గుద్దింది. స్పాట్ల చచ్చిపోయిండు. రెండు నెలలయింది' అన్నాడు.

కృష్ణమూర్తికి భూమి దద్దరిల్లినట్లనిపించింది.

'మరి ఆ పిల్ల' అంటే 'తల్లిగారి ఊరికే పోయిందేమో..' అన్నాడు.

మరో ఆలోచన లేకుండా ఆటో మాట్లాడుకొని కొటాలకు చేరుకున్నాడు.

గోవిందు ఇంటికి తాళం వేసుంది.

ఒకర్ని అడిగితే 'కాగజ్ నగర్ లో ఉంటుంద్రు' అన్నాడు.

'మరి మీరా?'

'ఇక్కడే వేరే ఉంటుంది. ఆ మూల మీదున్న ఇంట్లు' అన్నాడు.

ఆ ఇంటి ముందుకెళ్లాడు. వీధి తలుపు తెరిచే ఉంది. లోపల అరుగు మీద గోడ వారగా మీరా కూచోని ఉంది. తల ఎత్తి కృష్ణమూర్తిని చూసి చంక కర్ర గోడకే వదిలేసి ఒంటి కాలుతో లోపలి గదిలోకి వెళ్లి తలు పేసుకుంది.

గబగబా లోపలికెళ్లిన కృష్ణమూర్తి 'మీరా!' అంటూ తలుపు కొట్టి కొట్టి తల పట్టుకొని పక్కన వేసున్న బల్లపై కూచున్నాడు.

మూసిన తలుపు వైపు చూస్తూ 'మీరా! నా వల్లే నీ జీవితం ఇలా మారిందని ఒప్పుకుంటాను కానీ నేను నిన్ను మోసం చేయలేదు. నీ ఉత్తరం నా చేతికి అందక ముందే నేను మా ఊరికెళ్లాను. మా నాన్నకి ఆక్సిడెంట్ అయింది. తిరిగి వచ్చేనాటికి అంతా అయిపోయింది. నా బాధ ఎవరికీ చెప్పుకోలేక అప్పుడప్పుడు తాండూర్ వచ్చి దూరం నుండే నిన్ను చూసి వెళ్తున్నా. కానీ ఇంతలో ఈ ఘోరం జరిగిపోయింది. తాండూర్ కెలితే తెలిసింది. ఇటు నుంచి ఇటే వచ్చేశా. నన్ను నమ్ము. నీకు ముఖం చాటేసేవాన్నైతే ఇక్కడి దాకా వస్తానా..' అన్నాడు.

కొద్దిసేపటికి తలుపు తీస్తున్న చప్పుడైంది.

కృష్ణమూర్తి లేచి నిలబడ్డాడు. తెరిచి గడప దాటుతున్న మీరా కు ఆసరాగా ముందుకెళ్లాడు. ఆమె ఆయనపై పూర్తిగా వాలిపోయింది. కృష్ణమూర్తి గోడనానుకొని నిలబడ్డాడు. ఆయన నడుం చుట్టూ చేతులేసి కరిచి పట్టుకుంది. ఆమెకు దుఃఖమాగడం లేదు. ఎన్నాళ్ళుగానో గుండెల్లో దాగిన కన్నీళ్ల ధారకు ఆయన చొక్కా తడిసిపోతోంది.

కాసేపటికి ఆమె శాంత పడిందని గమనించిన ఆయన 'వీధి తలుపులు తెరిచే ఉన్నాయి' అన్నాడు విడుస్తావా అన్నట్లు కదులుతూ.

'నాకెవ్వరి భయం లేదు' అని మరింత చేతులు బిగించింది.

మెల్లగా తల ఎత్తి ఎర్రబారిన కళ్ళతో ఆయన ముఖాన్ని తదేకంగా చూసింది. అపురూపంగా రెండు చేతులతో ఆయన తలను వంచుకొని నొసటిపై ముద్దు పెట్టుకుంది.

దేనికి అడ్డు చెప్పద్దనుకున్నాడు. తప్పిపోయిన బిడ్డ దొరికిన తల్లిలా కృష్ణమూర్తి బుగ్గలని ముద్దులతో నింపుతోంది. ఆమె స్పర్శలో మోహం లేదు. ఆటగాడు గెలిచిన కప్పును ముద్దాడినట్లుంది. వరం పొందిన భక్తురాలి పారవశ్యముంది.

'ఇలాగే ఉండిపోదామా!' అని ఆయన అన్నాక, విడిపోయి ఇద్దరు బల్లపై కూచున్నారు.

వెళ్దాం పద' అన్నాడు.

'నేనెక్కడికీ రాను' అంది.

'పెళ్లి చేసుకుందాం!'

'నేనస్సలు నిన్ను చేసుకోను'

'నీకు పెళ్ళయిందనా.. నాకదంతా అనవసరం'.

'నేను నీతో రాను, పెళ్లి చేసుకోను. అంతే!'

'నీవు గర్భవతివైనా నా దానివే.. సరేనా!'

'అదేంలేదు. కానీ నాకు పెళ్లి ఆలోచనే లేదు'

'మొండిగా మాట్లాడకు. కలిసి హాయిగా బతుకుదాం!'

'హాయిగానే ఉంటాను'

'నీ ఆలోచన నాకు అర్థమైంది కానీ అదంతా మరిచిపో! '

'నేను పల్లెటూరి పిల్లను. నా పట్టింపులు నాకుంటాయి'

భోజనాలయ్యాయి, విషయం మాత్రం తేలకుండానే ఉండిపోయింది.

ఆమె నిర్ణయం మారుతుందని కృష్ణమూర్తి ఎదురుచూస్తూనే ఉన్నాడు. ఎవరినైనా పెళ్లి చేసుకోండని ఆమె కృష్ణమూర్తిని అడుగుతూనే ఉంది. ఇలా వారి పట్టింపులు సడలకుండా ఇరవై ఏళ్ళు గడిచిపోయాయి.

★★★

హమ్మయ్య అన్నట్లు కృష్ణమూర్తి తన అంతులేని ప్రేమకథని చెప్పడం ఆపాడు.

'అయితే ఇప్పటికీ మీరు పెళ్లి చేసుకోలేదు' అన్నారొకరు, డౌట్ క్లియర్ కోసం.

లేదన్నట్లు తలాడించాడు కృష్ణమూర్తి నిర్మలంగా.

వారితో అన్నీ విడమర్చి చెప్పలేక 'ఒక మహానుభావుడికి భార్యలో దేవత కనబడిందట. అప్పటి నుండి ఆయన ఆమెను తాకకుండానే జీవితం గడిపాడు. నాది రివర్సు కేసు. భోజనాలు, ముచ్చట్లు అన్ని బాగానే ఉంటాయి. నేను వెళితే ఆమెకు పండుగే. ఆ రోజును ఒక వ్రతం లాగా గడుపుతుంది. పైన చెయ్య వేయబోతే మాత్రం రెండు చేతులెత్తి భక్తురాలిలాగా దండం పెడుతుంది. ఆమెని బాధ పెట్టవద్దని ఆ ప్రయత్నాలు మానుకున్నాను. నా సమక్షం ఆమెకు అంత ఆనందాన్ని ఇస్తుంటే ఆమె నా మనిషే అనుకుంటాను' అన్నాడు.

ఇంతలో బస్సు చప్పుడు కావడంతో కృష్ణమూర్తి బై బై చెప్పి బయటపడ్డాడు.

మానవత్వం బతికే ఉంది

కొత్తపల్లి రవి కుమార్

ఆకాశంలో సూర్యుడి ప్రతాపం తగ్గి పడమర వైపు పరిగెడుతున్నాడు. నేను, విష్ణు కూడా పని ముగించుకుని ఆఫీసునుండి బయటపడ్డాం. సంక్రాంతి సెలవులకు మేమిద్దరం ఊరు బయల్దేరాం. ఆఫీస్ అవ్వగానే కొలీగ్స్ అందరికీ సెండాఫ్ చెప్పి రైల్వే స్టేషన్ కి బయల్దేరాం. మేము స్టేషన్ కి వచ్చేటప్పటికే గోదావరి ట్రైన్ రెడీగా ఉంది. మేము రిజర్వ్ చేసుకున్న సీట్లలో కూర్చున్నాం. ప్రయాణ హడావుడిలో పడి సాయంత్రం కాఫీ కూడా తాగకుండా ట్రైన్ ఎక్కేసాం. నేను చెప్తున్నా వినకుండా విష్ణు కిందకి వెళ్లి కాఫీ తీసుకొచ్చాడు. ఇద్దరం ఎదురు బదురు కూర్చుని వేడి వేడి కాఫీ గుటకలు వేయడం ప్రారంభించాం. ఒక్క చుక్క గొంతులో పడగానే ప్రాణం లేచి వచ్చినట్టయ్యింది. కాఫీ తాగి రిలాక్స్ అవుతున్నాను.

మెల్ల మెల్లగా కాసేపటికి ట్రైనంతా జనంతో నిండింది. ట్రైన్ బయలుదేరింది. కిటికీ నుండి వచ్చే చల్లని గాలి నన్ను మరింత రిఫ్రెష్ చేస్తోంది. విష్ణుని చూసాను. వాడు కూడా కిటికీ లోంచి బయటకు చూస్తూ రిలాక్స్ అవుతున్నాడు. ట్రైన్ వేగం పెంచింది. విష్ణుని చూస్తూ గతం కూడా అంతే వేగంగా నా కన్నుల ముందు కదలాడుతోంది.

★★★

అప్పుడు నేను లండన్ లో ఉండేవాడిని. చాలాకాలం తర్వాత ఇండియా వస్తున్నాను. రాజమండ్రి ఎయిర్ పోర్టులో దిగగానే విజయ్ రిసీవ్ చేసుకున్నాడు. కారులో

వెళ్తూ మన ఫ్రెండ్సందరూ ఎలా ఉన్నారని అడిగాను. అందరి వివరాలు చెప్పాడు. ఆఖరికి విష్ణు గురించి చెప్తూ ఆగిపోయాడు. విజయ్ నోట్లోంచి మాట రావట్లేదు. మౌనంగా ఉండిపోయాడు. ఏమయ్యిందని గట్టిగా అడిగాను. విజయ్ చెప్పడం ఆరంభించాడు.

"ఒరేయ్ విష్ణు కి పిచ్చి పట్టిందిరా!" అని చెప్పలేక చెప్పాడు.

"ఏంటిరా నువ్వు చెప్పేది?" అని గట్టిగా అడిగాను.

"అవున్రా! వాడికి పిచ్చి పట్టింది" అని చెప్పాడు.

"అదెలా? రెండేళ్ల క్రితం నేను మన గెట్ టుగెదర్ కి వచ్చినప్పుడు కూడా బాగానే ఉన్నాడు కదరా! మరేంటి సడన్ గా?" అని అడిగాను.

"ఆ తర్వాతే వాడిలా తయారయ్యాడు. ఆ గెట్ టుగెదర్ టైమ్ లోనే కదా, వాడి మ్యారేజ్ అయ్యింది. మన గ్రూప్ లో అందరికన్నా ముందుగా వాడి పెళ్ళే అయ్యిందనుకున్నాం. ఏరికోరి చాలా అందమైన అమ్మాయిని పెళ్ళి చేసుకున్నాడు కదరా! ఆ అమ్మాయి వీడి ఆస్తి కోసమే పెళ్ళి చేసుకుందిరా! ఇద్దరు కొడుకులకు ఆస్తి పంచమని అత్తామామల దగ్గర పంచాయతీ పెట్టింది. చేసేదేమీ లేక ఆస్తులు పంచేసారు విష్ణు వాళ్ల అమ్మానాన్న. ఆస్తి పంపకాలయ్యి వీడి వాటా చేతికి వచ్చేదాకా ఆగింది. వీడి చేతికి రాగానే బలవంతంగా ఆ అమ్మాయి పేరుమీద రాయించుకుని తన లవర్ తో పారిపోయింది. పెళ్లికి ముందే ఆ అమ్మాయికి లవ్ ఎఫైర్ ఉందట. ఆ అమ్మాయి తల్లిదండ్రులు ఈ విషయాన్ని దాచి పెళ్ళి చేసారు. వీడితో ఒక పిల్లాడ్ని కూడా కన్నది. నిర్దాక్షిణ్యంగా ఆ పసి పిల్లాడిని కూడా కాదనుకుని పోయిందిరా! ఆ షాక్ తో వాడు పిచ్చోడయ్యి పోయాడు" అని జరిగినదంతా చెప్పాడు విజయ్.

"మరి ఈ విషయం ఇన్నాళ్లూ నాకు చెప్పలేదేమిరా? మనం ఫోన్లు చేసుకుంటూనే ఉన్నాం. ఏ ఒక్కరోజు ఈ విషయం చెప్పలేదు. పైగా నేను విష్ణు విషయం ప్రస్తావనకు తెచ్చినప్పుడల్లా కొత్తగా పెళ్ళయ్యింది, ఎంజాయ్ చేస్తున్నాడు, మమ్మల్ని కూడా సరిగ్గ కలవట్లేదని వాడి మాట దాటేసారు. ఇందుకేనా" అని కళ్లనీళ్లు పెట్టుకున్నాను.

"సారీరా! నువ్వు ఇలా బాధ పడతావనే చెప్పలేదు. నువ్వు వర్క్ మీద లండన్ వెళ్లావు. నిన్నెందుకు డిస్టర్బ్ చేయడమని చెప్పలేదు. ఎలాగూ రెండేళ్ల తర్వాత వస్తావు కదా, అప్పుడు చెబుదాములే అని ఊరుకున్నాను " అని సంజాయిషీ ఇచ్చాడు విజయ్.

"ఒరేయ్ ఫూల్! వాడు మన బెస్ట్ ఫ్రెండ్ రా! వాడికి ఇలా జరిగితే తెలియకపోతే ఎలా? సరే, ముందు డైరెక్ట్ గా విష్ణు ఇంటికి పోనీయ్ " అని విష్ణు ఇంటికి పోనివ్వమన్నాను.

కారు దిగి గబగబా విష్ణు ఇంటిలోకి అడుగుపెట్టాను. నన్ను చూసి ఒక్కసారిగా అమాంతం కౌగిలించుకున్నారు అంకుల్. గుక్కపెట్టి ఏడ్చారు. జరిగినదంతా చెప్పారు.

"పిచ్చి బాగా ముదిరిపోయింది. మెలుకువగా ఉంటే అందరిమీద కలయబడుతున్నాడు. వాడు పిల్లాడని కూడా చూడడం లేదు. ఆ పసిగుడ్డు మీద కూడా కలయబడుతున్నాడు. అందుకే వాడు తినే కొంచెంలోనే నిద్ర మాత్రలు వేసి పడుకోబెడుతున్నాం. ఎవరైనా చుట్టాలొస్తే వాడిని ఒక రూమ్ లో పెట్టి తాళం వేస్తున్నాం. అందులోనే వాడు అన్ని కార్యక్రమాలు కానిచ్చేస్తున్నాడు. చుట్టాలు వెళ్ళిన తర్వాత పాపం ఆంటీ అన్నీ శుభ్రం చేస్తోంది. వాడి తమ్ముడు కూడా ఏమీ పట్టించుకోవట్లేదు. వాడి మానాన వాడు వేరేచోట బతుకుతున్నాడు. ఉన్న కొద్దిపాటి వీడి ఆస్తికోసం చూస్తున్నాడు. వాడొచ్చిన ప్రతిసారి అన్నయ్యను మెంటల్ హాస్పిటల్ లో పెట్టెద్దాం అని అంటాడు. కన్న పేగు తీపి చావక మేము దానికి ఒప్పుకోక, వాడిని భరిస్తున్నాం.

మా ఖర్మ ఇలా రాసి ఉంది. ఆ చంటి పిల్లాడి ముఖం చూసి బతుకుతున్నాం" అని వాడున్న రూమ్ కేసి చూపించారు.

కిటికీ లోంచి చూసాను. నిద్రపోతున్నాడు. ఆంటీ, అంకుల్ ఎంత వద్దని చెప్పినా తాళం తీయించి వాడి దగ్గరకు వెళ్ళాను. నా చేతి స్పర్శతో విష్ణుకి మెలుకువ వచ్చింది. నన్ను చూడగానే నా మీద అవీ ఇవీ విసిరాడు. నన్ను లెంపమీద కొట్టాడు. కానీ వాడితో మాట్లాడాలని అవి భరించాను. వాడిని దగ్గరకు తీసుకున్నాను. మనఃస్ఫూర్తిగా కౌగిలించుకుని వెక్కి వెక్కి ఏడ్చాను. ఇక అప్పటినుండి వాడు నన్ను వదలట్లేదు. నేను ఎక్కడికి వెళ్ళితే అక్కడికి వస్తున్నాడు. నేను ఏది చేస్తే అది చేస్తున్నాడు. నేను అన్నం తింటే తింటున్నాడు. నన్నే చూస్తూ కూర్చుంటున్నాడు.

అందుకే ఒక నిర్ణయానికి వచ్చాను, నాతో పాటు తీసుకెళ్ళి ట్రీట్ మెంట్ ఇప్పిద్దామని. ఆంటీ, అంకుల్ వద్దని వారించినా నాతో పాటు తీసుకెళ్ళామని డిసైడ్ అయ్యాను. ఇదే మాట అమ్మానాన్నలకి కూడా చెప్పాను.

"అదేమిట్రా? ఇప్పుడు నీకు పెళ్ళి సంబంధాలు చూస్తున్నాం. ఈ ఏడాది నీ పెళ్ళి చేసేద్దామనుకుంటున్నాం. నువ్వేమో వాడికి ట్రీట్మెంట్ ఇప్పిస్తాను అంటున్నావు. నువ్వ

వాడిని తీసుకెళ్లి ఎన్నో పాట్లు పడతావు. అయినా వాళ్ల వాళ్లెవ్వరికీ లేనిది నీకెందుకురా?" అని గట్టిగా అడిగారు నాన్న.

"నాన్నా! అందరూ అలా అనుకోబట్టే సమాజం ఇలా ఉంది. వీడి విషయంలో ఎవ్వరేమి చెప్పినా నా నిర్ణయం మారదు. అయినా వీడిని ఇలా చూసిన తర్వాత నాకు పెళ్లి మీద ఇంట్రస్ట్ పోయింది. ముందు వీడు సరైన మనిషి అయ్యాకే నేనేమైనా ఆలోచిస్తాను " అని ఖరాఖండిగా చెప్పి లండన్ బయల్దేరాను, విష్ణుతో.

మంచి హాస్పిటల్ లో జాయిన్ చేసాను. ట్రీట్ మెంట్ ఇప్పిస్తూ మా చిన్నప్పటి సంగతులన్నీ గుర్తుచేస్తున్నాను. క్రమేణా వాడిలో మార్పు వచ్చింది. మామూలు మనిషి అవుతున్నాడు.

"ఇప్పుడు మా వాడు రికవర్ అయ్యినట్టు కనపడుతున్నాడు డాక్టర్. మా చిన్నప్పటి విషయాలు కూడా షేర్ చేసుకుంటున్నాడు. మీ ట్రీట్ మెంట్ బాగా పనిచేసింది. థాంక్యూ డాక్టర్. ఇంకా ఎన్నాళ్లు మనం ట్రీట్ మెంట్ ఇప్పించాలి?" అని అడిగాను, అప్పుడే రౌండ్స్ కి వచ్చిన డాక్టర్ తో.

"సార్! నేను ఎంతోమంది పేషెంట్లను చూసాను. నా సర్వీసులో ఇలాంటి పేషెంట్ ఇంత త్వరగా కోలుకోవడం ఇదే మొదటిసారి. మా ట్రీట్ మెంట్ తో పాటు మీరు పేషెంట్ కి చేసిన సర్వీసు వల్లే ఇది సాధ్యమయ్యింది. మీరు లేకపోతే పేషెంట్ పరిస్థితి వేరేగా ఉండేది. మీరు పట్టుదలతో మీ ఫ్రెండ్ ని కాపాడుకున్నారు. కంగ్రాచ్యులేషన్స్. ఒక వారం అబ్జర్వేషన్ లో ఉంచి పేషెంట్ ను డిస్చార్జ్ చేస్తాం. ఇంకా పేషెంట్ అంటున్నానేమిటి, మీ ఫ్రెండ్ విష్ణు ని" అని నవ్వుతూ చెప్పాడు డాక్టర్.

విష్ణుని డిస్చార్జ్ చేసాక ఇంటికి తీసుకెళ్లాను. ఒక నెల పాటు ఏ విషయాలు గుర్తు చేయకుండా జాగ్రత్తగా చూసుకున్నాను. ఆ తర్వాత మెల్లగా తన పెళ్ళి గురించి అడిగాను. తన గతాన్ని చెప్పాడు. తన భార్య తనకు ఎలా దూరమైనదీ చెప్పుకొచ్చాడు.

"తనకి పెళ్లికి ముందే వేరొకరితో ఎఫైర్ ఉందని తెలియదురా! పెళ్ళయ్యిన తర్వాత కూడా ఫోన్ లు చేసుకునేవారు, రహస్యంగా కలుసుకునేవారు. ఒకసారి నాకన్నీ తెలిసి తనని నిలదీసాను. తన పేరెంట్స్ పోరు పడలేక నన్ను చేసుకుందట. ఆస్తి తన పేర మీద రాస్తే నాతో ఉంటానంది. తన మాటలు గుడ్డిగా నమ్మి ఆస్తి తన పేర రాయించాను. ఆస్తి తన పేరుమీద రాగానే రాత్రికి రాత్రి వాడితో వెళ్లిపోయింది. చిన్నపిల్లాడిని చూడకుండా వాడిని కూడా వదిలేసి పోయింది. నేనిప్పటి వరకు ఎవరికీ చెప్పని రహస్యం

నీకే చెప్తున్నా! మేమిద్దరం ఇప్పటివరకు అస్సలు కలవలేదు" అని చెప్పాడు విష్ణు.

"మరి నీ పిల్లాడు" అని అడిగాను.

"వాడు వాళ్లకి పుట్టినవాడేరా! అమ్మానాన్నలకి తెలిస్తే ఏమీ తెలియని పసిగుడ్డును రోడ్డు మీద వదిలేస్తారని నిజం చెప్పలేదు" అని చెప్పాడు విష్ణు. వాడిని మనసారా కౌగిలించుకుని వాడిలో ఉన్న మానవత్వాన్ని అప్రిషియేట్ చేసాను.

వాడు పూర్తిగా కోలుకున్నాడని అనిపించిన తర్వాత వాడికి కూడా ఒక ఉద్యోగం చూసాను. ఇప్పుడు పనిలో పడి హ్యాపీగా ఉన్నాడు. మెల్లగా హైదరాబాద్ వచ్చేసాం. ఇద్దరం కలిసే ఉంటున్నాం. ఒకేచోట జాబ్ చేస్తున్నాం. ఇదిగో సంక్రాంతి సెలవులకి ఇంటికి బయల్దేరాం.

★★★

"ఏంటిరా, అంత దీర్ఘంగా ఆలోచిస్తున్నావు" అని అడిగాడు విష్ణు, అప్పుడే ఆలోచనల నుండి బయటకు వచ్చిన నన్ను చూసి. ఏం లేదని చెప్పి ఎవరి బెర్త్ మీద వాళ్లు పడుకున్నాం. తెల్లారింది. లగేజీ తీసుకుని స్టేషన్ బయటకు వచ్చాం. టాక్సీ బుక్ చేసుకుని ఇంటికి బయల్దేరాం. దారి మధ్యలో ఒక పెద్ద యాక్సిడెంట్.

కారు ఆపమని ఆ యాక్సిడెంట్ వద్దకు వెళ్లాం. ఒక అడుక్కునేదానిని కారు ఢీకొట్టి వేగంగా వెళ్లిపోయింది. ఆవిడ అక్కడికక్కడే ప్రాణాలు విడిచింది. తన తల్లి చనిపోయిందని తెలియక సుమారు ఏడాది వయసున్న పాప ఆవిడ స్తనం నుండి పాలు తాగుదామని ప్రయత్నిస్తోంది. కాని పాలు రాక ఆ బిడ్డ ఏడుస్తోంది. ఆ దయనీయమైన సంఘటనని అందరూ కళ్లప్పగించి చూస్తున్నారు గాని ఎవ్వడూ చలించట్లేదు. నేను అంబులెన్స్ కి ఫోన్ చేసాను. ఆవిడను తీసుకుని అంబులెన్స్ వెళ్లిపోయింది. పాప ఏదని చూసాను. విష్ణు గుండెలపై సేద తీరుతోంది.

మరల కారెక్కి ఇంటికి బయల్దేరాం. ఇంటి లోపలికి రావడం, రావడం చెరో పక్క వాడి బాబుని, ఈ పాపను హత్తుకున్నాడు విష్ణు. విష్ణుని అలా చూస్తుంటే ఇంకా మానవత్వం బతికే ఉందని అనిపించింది. ఏం జరిగింది, ఎవరా పాప అని విష్ణు కేసి వింతగా చూస్తున్నారు విష్ణు అమ్మానాన్నలు. కానీ వాడికీ, నాకే తెలుసు, ఆ అడుక్కునేది ఎవరని, ఈ పిల్లలు ఎవరని.

పరిష్కరం
మొణంగి ప్రవీణ

"నా పేరు రాజేష్, నా వయస్సు 40. ప్రస్తుతం ఆసుపత్రి లో ఐసీయూ లో చావు బ్రతుకుల మధ్య పోరాడుతున్నాను. కళ్ళు మసకమసకగా కనబడుతున్నాయి. నాకు ఎదురుగా మా ఆఫీసులో పనిచేసే నా సహోద్యోగి రవి ఉన్నాడు. డాక్టరుతో ఏవో మాట్లాడుతున్నాడు. డాక్టరు అవుట్ ఆఫ్ డేంజర్ అని చెప్పినట్లున్నారు.రవి హమ్మయ్యా! అని ఊపిరి తీసుకుంటున్నాడు.

నిద్ర మాత్రలు ఎక్కువ మోతాదులో తీసుకున్నాను. యముడిని పలకరించి వచ్చేసి ఇలా ఆసుపత్రి లో ఉన్నాను.

"సార్! ఏమిటి ? మీరు ఇలా! ఇంత పెద్ద కంపెనీకి సీఈవో అయిఉండి మీరు ఇలా ఆత్మహత్యాప్రయత్నం. అస్సలు నమ్మలేక పోతున్నాను"

నిశ్శబ్దం

"సరే సార్! చెప్పడానికి ఇష్టం లేకపోతే చెప్పవద్దు లెండి, మీ ఇంటికి కాల్ చేస్తాను" అని రవి వెళ్ళబోతుంటే, అతని చెయ్యి పట్టుకుని ఆపాను. నా మనసులోని బాధను ఎవరితోనయినా పంచుకుంటే కొంచెమయినా ఉపశమనము కలుగుతుందని.

రవి చాలా నమ్మకస్తుడు. ఐదు సంవత్సరముల నుండి మా ఆఫీసు లో నాతో పాటే పని చేస్తున్నాడు.

"చెప్తాను రవి చెబుతాను. నీకు నేను ఈ కంపెనీకి సీఈవో గానే తెలుసు. కానీ, ఈ సీఈవో వెనుక ఒక ఓడిపోయిన తండ్రి, చేతకాని భర్త గురించి తెలియదు నీకు. 22 ఏళ్లకే ఉద్యోగము, 25 ఏళ్లకే పెళ్లితో నా జీవితము ప్రారంభమయిపోయింది. నాకు చక్కటి భార్య, ఇద్దరి మగ బిడ్డలను ఇచ్చాడు ఆ భగవంతుడు. నా జీవితములో ఉన్నత స్థానానికి వెళ్లాలన్నదే నా లక్ష్యంగా పెట్టుకుని అహర్నిశలు పోరాడాను. అప్పట్లో మా బాస్ మాటలు నన్ను ఎక్కువ ప్రేరేపించాయి. దానితో నాకు మరింతగా ఏదయినా సాధించాలని పట్టుదల ఏర్పడింది. ఆ పట్టుదలే నన్ను ఈరోజున ఇదే కంపెనీలో చిన్న పోస్ట్ లో జాయిన్ అయిన నన్ను సీఈవో గా నిలబెట్టింది. నా జీవితములో నేను అనుకున్నది సాధించాను. కానీ ఈ పయనములో నా కుటుంబాన్ని కోల్పోయాను. నన్ను అర్థం చేసుకుని నా భార్య ఎంతో ఓర్పుతో కుటుంబాన్ని నడుపుకుంటూ వచ్చింది. పిల్లల బాధ్యతలను ఎంతో చక్కగా నిర్వర్తించింది. కానీ నా లక్ష్య సాధనలో మునిగిపోయి భార్య పిల్లల్ని నిర్లక్ష్యం చేశాను. ఎప్పుడో పొద్దున్నే ఆఫీసుకు వెళ్లిపోయే నేను రాత్రి పదింటికి, పదకొండింటికి ఇంటికి చేరేవాడిని. నేను ఇంటికి వచ్చేసరికే పిల్లలు నిద్రపోయేవారు. నా భార్య లత నాతో ఏదో చెప్పాలని ప్రయత్నించేది కానీ అప్పటికే అలసిపోయిన నేను అవేమీ వినకుండా నిద్ర పోయేవాడిని. పొద్దున్నే మళ్ళీ హడావుడిగా వెళ్లిపోవడం, ఇలా రోజూ పరిపాటి అయిపోయింది. ఒక రోజు లత నాతో

"ఏమండీ పిల్లలు పెద్దవాళ్ళు అవుతున్నారు మీ గురించి అడుగుతున్నారు"

"నా గురించా! దేనికి?"

"అదేంటి! దేనికి అంటారేమిటి? వాళ్ళకి డాడీతో మాట్లాడాలని, సరదాగా తిరగాలని ఉండదా?"

"లతా! నీకు నా గురించి, నా లక్ష్యం గురించి తెలియదా! అయినా నేను నీకు, పిల్లలకి ఏ లోటు రాకుండా చూసుకోవడానికే కదా! ఈ సంపాదన. నీవు ఏదో ఒకటి సర్ది చెప్పు, నాకు ఆఫీసుకి టైమ్ అయిపోతుంది."అని నా దారిన నేను వెళ్ళిపోయాను.

ఆ రోజున నా పిల్లలని నిర్లక్ష్యం చేశానని ఇప్పుడు అనిపిస్తుంది రవి.

అయినా నా లక్ష్యం ముందు ఇవేవీ కనబడలేదు నాకు. నేనేమీ తప్పు చెయ్యడం లేదే! నా కుటుంబం సంతోషముగా ఉండాలనే కదా! ఇదంతా చేస్తున్నాను అని నా మనసుకి సర్ది చెప్పుకున్నాను. ఇంట్లో పరిస్థితులు కొంచెం కొంచెం మారుతున్నాయి. పెద్దోడు స్కూల్ కి సరిగ్గా వెళ్ళడం లేదని, చిన్నోడికి మార్కులు తక్కువ వస్తున్నాయని

రోజూ ఏవేవో చెబుతుంది లత, కానీ అవన్నీ నువ్వే చూసుకో! నాకు ఖాళీ లేదు. డ్రైవరు, కారు, డబ్బులు అన్నీ ఇచ్చానుగా! ఇంకా నాతో పనేమిటి! అని విసుక్కున్నాను.

"మీరు పట్టించుకుంటే పిల్లలు జాగ్రత్తగా ఉంటారు" అన్న నా భార్య మాట ఆ రోజు విని ఉంటే ఎంత బాగుండేది అని ఇప్పుడు అనిపిస్తుంది రవి!"

ఆ రోజు ఆఫీసు నుండి ఎంతో ఆనందముగా వచ్చాను...

"లతా లతా! ఎక్కడ ఉన్నావ్?"

"ఇక్కడున్నానండి"అంటూ లోపల నుండి బయటకి వచ్చింది ఎక్కడికో వెళ్లడానికి అన్నట్లు తయారయి ఉంది. అయినా అవేమీ పట్టనట్లుగా

"నాకు మేనేజరుగా ప్రమోషన్ వచ్చింది"చాలా గర్వముగా చెప్పాను.

"ఓహ్! కంగ్రాట్స్ "అని చెప్పింది. కానీ ఆ మాటలలో ఉత్సాహము కనబడలేదు నాకు. నేనేదో మాట్లాడుతుంటే లోపలికి వెళ్లిపోయింది. నా ఆనందాన్ని తనతో పంచుకుందామంటే నిద్రపోయింది.

మరుసటి రోజు పొద్దున్న

"డాడీ! ఎన్నింటికి వచ్చావ్ నిన్న?" నా పెద్ద కొడుకి ప్రశ్న

"పదింటికి రా! ఏమి?"

"నిన్న అమ్మ, నేను, తమ్ముడు నీ కోసం ఎదురు చూసాము. మమ్మల్ని బయటకి తీసుకెళ్తావని, నువ్వు ఎంతకీ రాకపోయేసరికి మేము నిద్రపోయాము."

"బయటకా? నేను చెప్పలేదే!"

"అదేమిటి నిన్న మీ పెళ్లి రోజు కదా! బయటకి వెళ్తున్నాము అని అమ్మ చెప్పింది" అప్పటికి గాని గుర్తురాలేదు నాకు, నిన్న మా పెళ్ళి రోజు అని. లత నిన్న ఎందుకు అలా ఉందో! అప్పుడు అర్థమయ్యింది. సరే! లతకి క్షమాపణ చెప్పడానికి గది లోనికి వెళ్లబోతుంటే ఆఫీసు వాళ్యందరూ నాకు కంగ్రాట్స్ చెప్పడానికి ఇంటికి వచ్చారు. అక్కడితో విషయము మరిచిపోయాను. కానీ మా బంధానికి బీటలు వారుతున్నాయని గ్రహించలేకపోయాను. మేనేజరు పోస్ట్ వచ్చినా, నా అధికార దాహం తీరలేదు. మనసు ఇంకో మెట్టు ,ఇంకో మెట్టు పై పైకి వెళ్లమని చెబుతూనే ఉంది. వెళ్తూనే ఉన్నాను. నా లక్ష్యం, కోరిక నెరవేరింది. చివరికి సీఈవో గా నన్ను నిలబెట్టింది. ఆ రోజు నా భార్య నాకు ఫోన్ చేస్తూనే ఉంది. కానీ నా పని ఒత్తిడి వలన తన కాల్ రిసీవ్ చేసుకోలేక పోయాను. నా పనిని పక్కన పెట్టి ఒక్కసారి తన ఫోన్ ఎత్తి ఉంటే ఈ రోజు ఈ పరిస్థితి వచ్చేది కాదు రవి.

"ఇంతకీ మేడమ్ గారు మీకు అన్ని సార్లు ఎందుకు ఫోన్ చేసినట్లు?"

"మా పెద్దబ్బాయి క్రికెట్ బెట్టింగ్ లు కట్టి అందులో డబ్బులు పోగొట్టుకుని ఎవరితోనో పోట్లాడుతూ పోలీసులకి దొరికిపోయాడంట"

"అయ్యో! మరి ఎలా ఇప్పుడు?"

"ఆ విషయం చెబుదామనే తను అన్ని సార్లు నాకు ఫోన్ చేసింది. లాకప్ లో పెట్టారంట వాడిని. పదవ తరగతి చదువుతున్నాడు వాడు. చెడు సావాసాల వలన, తండ్రిగా నేను పట్టించుకోకపోవడము వలనే వాడు ఇలా తయారయ్యాడు. చిన్న వాడు సెల్ ఫోన్లు, వాట్స్ ఆప్, ఫేస్ బుక్ అంటూ పూర్తిగా చదువుని నిర్లక్ష్యం చేశాడు. పాపం ఇవన్నీ తట్టుకోలేక, నాతో చెప్పినా, నేను వినక నా లత మానసికముగా ఎంతో క్రుంగి పోయింది. నీరసించిపోయింది. తన ఆరోగ్యము పాడయిపోయింది. నా జీవితము లో నేను అత్యున్నత స్థానానికి   చేరానని మురిసిపోయానే గాని ఈ పరుగులలో నా అందమయిన కుటుంబాన్ని కోల్పోతానని ఊహించలేదు. ఎంత సేపు నా వాళ్ళకోసం సంపాదిస్తున్నాను, వాళ్ళు హాయిగా ఉంటారని అనుకున్నాను గాని ఇలా జరుగుతుందని అనుకోలేదు రవి. పదిహేనేళ్ళ ఈ పయనములో ఏమి సాధించానని వెనక్కి చూస్తే అంతా శూన్యమే కనిపించింది. అందుకే నా భార్యా పిల్లలకి నా ముఖం చూపించలేక ఈ నిర్ణయం తీసుకున్నాను రవి ".

.....నిశ్శబ్దం .....

"సార్ మీకు చెప్పేటంత పెద్దవాడిని కాదు, అయినా నాకు తెలిసింది చెబుతాను"

"చెప్పు రవి వింటాను...ఏమీ వినకపోవడము వలనే ఈ స్థితిలో ఉన్నాను"

"మనము చిన్నతనములో కష్టాలు పడ్డాము, మన పిల్లలు అదే విధముగా ఇబ్బంది పడకూడదని ఆలోచించి రాత్రి పగలు కష్టపడి పనిచేస్తాము. కానీ మనం అలా చేయడం వలన భార్యా, పిల్లలని నిర్లక్ష్యం చేయడమే కాకుండా మన పిల్లలకి కష్టమన్నది తెలియకుండా చేస్తున్నాము. ఇది చాలా తప్పు. ఎలా కష్టపడాలో నేర్పాలి, ఉన్నంతలో సర్దుకుపోమని చెప్పాలి, అదే సమయములో మనము సంపాదించాలి. అన్ని బంధాలను, అనుబంధాలను నిలుపుకుంటూ సాగిపోవాలి. నాకు ఇద్దరు పిల్లలు. నా సంపాదనతో మేము ఎంతో సంతోషముగా గడుపుతున్నాను జీవితాన్ని. మీరు మీ సంపాదనలో మునిగి పోయి భార్యా, పిల్లలని నిర్లక్ష్యం చేయడమే కాకుండా నిద్ర మాత్రలు మింగి మరో తప్పు చేశారు. క్షణిక ఆవేశములో మీరు తీసుకునే ఈ నిర్ణయము ఎన్ని అనర్థాలకు దారి

తీస్తుందో! ఒక్కసారయినా ఆలోచించారా? ఇంతా సంపాదించినది వాళ్ళకోసమే కదా! మరి మీరు లేక పోతే మీ భార్య పరిస్థితి ఆలోచించారా? మిమ్మల్నే నమ్ముకుని ఉన్న ఆమె ఏమి తప్పు చేసింది? ముక్కు పచ్చలారని ఆ పసివాళ్ళ జీవితం ఏమయిపోతుంది''

"మరి నన్నేమి చేయమంటావు రవి? నా ముఖం నా భార్యా పిల్లలకి ఎలా చూపించ మంటావ్? ఓడిపోయిన తండ్రిగానా! చేతగాని భర్త గానా?"

"సార్! చావొక్కటే అన్నింటికీ పరిష్కారము కాదు, జీవితము ఎంతో విలువైనది, క్షణికమైన ఆవేశములో తీసుకున్న ఏ నిర్ణయము సరి అయినది కాదు. మీ భార్యా పిల్లలతో మనసు విప్పి మాట్లాడి చూడండి.వాళ్ళు మిమ్మల్ని అర్థం చేసుకుంటారు. కాక పోతే కోలుకోవడానికి కొంత సమయము పట్టవచ్చు కానీ మీ ప్రయత్నము మీరు చేసి చూడండి.''

"తప్పకుండా రవి! నువ్వు చెప్పినట్లే చేస్తాను. నా తప్పు తెలుసుకున్నాను. నా కళ్ళు తెరిపించి, నా సమస్యకి మంచి పరిష్కారము తెలిపినందుకు నీకు రుణపడి ఉంటాను."

"సార్ అంత పెద్ద మాటలెందుకు! మీకోసం ఎవరొచ్చారో చూడండి'' అంటూ రవి గది తలుపు తెరిచేసరికి బయట నా భార్య పిల్లలు ఉన్నారు. వాళ్ళని చూడగానే నా కళ్ళ వెంబడి జర జరా కన్నీళ్ళు వస్తూనే ఉన్నాయి.

చేర రాని చెలిమి

శ్రీచరణ్ మిత్ర

"నీ రోగం నా బ్రతుక్కు ఒక పెద్ద తలపోటైపోయింది, ఎన్నాళ్ళు ఇలా శ్రమపడి చావాలో అర్థం కావడం లేదు. సరే! వచ్చినప్పుడు ఆ మందులేవో తెస్తానులే గానీ, వాటి గురించి 'ఓ' అని ఆలోచించేయకు. నిశ్శబ్దంగా పడుకో. నీ ఆలోచనలు ఇంకో జబ్బుకు పునాది వేసేస్తాయి" అంటూ ఆదరాబాదరాగా ఆఫీసుకు తయారవుతున్న అతని వంక నిస్సహాయంగా చూస్తూ ఉండిపోయింది మాలతి.

ఆ విసుగూ, విరుపూ ఈ జబ్బు వచ్చినప్పటి నుంచీ మాలతీకి దాదాపుగా అలవాటు అయిపోయాయి.

"చిన్న సాయమే చేయమన్నాను కదండీ! మీకు వీలైనప్పుడే తెండి, పరవాలేదు" అంది మాలతి నెమ్మదిగా గొంతు పెగుల్చుకుని.

"ఇప్పుడు నేను మందులు తేనని అనలేదే! నాకు వీలైనప్పుడే తెస్తే, ఏ అర్ధరాత్రి పూటో నీవు అలోపాలో మంటుంటే, రాత్రంతా నిద్రలేక నేనే చావాలి కదా! చిన్న మాటకే

పౌరుష పడిపోతావు. వీలున్నప్పుడు తేవడం ఏంటి? తప్పకుండా వీలు చూసుకునే చావాలి. చస్తాను.

అది సరేగానీ,చిన్నప్పటి నుంచీ మీ కుటుంబానికి నమ్మకంగా పనిచేసిన వారు ఎవరో పని వారుగా ఉన్నారని మీ చిన్నత్త చెప్పింది. వారిని పిలవచ్చు కదా? ఇక్కడ పనివారిని వేలకు వేలు పోసి నేను తేలేను. ఒకవేళ తెచ్చినా వారు సరిగ్గా పని చేయరు. పైగా వారికోసం ఈ నగరంలో నేను వెతకలేను. ముందు నువ్వ ఆ పని ఏదో చూడు, వస్తాను." అంటూ బ్యాగ్ తీసుకొని బయటకు నడిచాడు చక్రవర్తి.

నిస్సత్తువ ఆవరించిన తనువు మరింత నీరసంగా మూలిగింది. బండి స్టార్ట్ చేసి, వెళ్లిన శబ్దం నెమ్మదిగా తన బరువును దించేసినట్లయింది. మాలతీకి.

ఇంట్లో పనులే గాక, ఆమె పనులూ తనే చేయాల్సి రావడంతో అతనికి ఆ చిరాకు రావడం సహజమే. మగవాడు కదా?

అదే తనలాటి స్థితి ఆయనకు వస్తే. భార్య కనుక అతనికి సేవలు సపర్యలు చేసి తీరాలి. అది ధర్మం.

ఇప్పుడు అంతా రివర్స్ అయింది. మాలతికి అతను సేవలు చేయాల్సి రావడంతో అతను అలా విసుక్కుంటాడు, కోప్పడతాడు, కేకలు వేస్తాడు, కించ పరుస్తాడు, అప్పుడప్పుడు హేళనగా మాట్లాడుతాడు. ఏం చేసినా తను భరించాలి తప్పదు.

కను కొనల నుండి సన్నగా నీరు చిమ్మి ధారగా ఆమె చెంపలను తడుపసాగాయి.

కుటుంబంలో ఒక స్త్రీమూర్తి తన వివాహ బంధాన్ని గౌరవిస్తూ భర్త అనే అతనికీ, ఆతని కుటుంబానికి సేవ రూపంలో అన్నిసేవలూ అందిస్తుంది,

అదే స్త్రీ కి ఆ కష్టం వస్తే అందరూ చాలా కన్వీనెంట్ గా తప్పిపోతుంటారు.

నలభై ఏళ్ల మాలతీ కి పార్కిన్సన్ వ్యాధి,

అది ఎందుకు, ఎప్పుడు, ఎలా ప్రవేశించిందో తెలియదు కానీ, గృహ సేవలో ఉండి ఆమె గమనించేటప్పటికీ గ్రహణంలా తను పూర్తిగా పట్టేసింది. అది ఎప్పటికి వీడుతుందో కూడా తెలియదు.

ఉన్న ఒక్కగానొక్క కొడుకును కూడా ఎక్కడో దూరంగా హాస్టల్లో వేసేశాడు వాళ్ళ నాన్న. వాడున్న కొంతమేరకు సాయపడేవాడేమో?

భారంగా నిట్టూర్చింది మాలతి.

అలా అనుకోడానికి కూడా లేదు. వాడు కూడా వాడి నాన్న వారసుడే.

తనకు చిన్న సాయం చేయాలన్నా 'కయ్' మనేవాడు.

సాయం?

తనకు సాయం అందించాలి అని తన యవ్వనంలో అందరూ పోటీపడే రోజులు గుర్తుకొచ్చాయి

శారీరక అందమో, పొంగులూరే యవ్వనమో, ఎవరినీ ఏమీ అనని తన మాట తీరో, అందరి బాధలు పట్టించుకునే ఓదార్పో, అందరూ చెప్పే తన నవ్వో ఈ మాలతీ కి ఏదో ఒకటి అందించాలనీ,తన మెప్పు పొందాలనుకునే ఆరోజులు చూస్తుండగానే కరిగిపోయాయి.

ఇప్పుడు ఎవరి సాయం కోసమో ఈ తనువు ఎదురుచూస్తూ ఉంది.

కానీ ఎవరూ ఇప్పుడు లేరు.

నెమ్మదిగా తలుపు గడియ పెట్టడానికి లేచింది.మళ్ళీ సాయంత్రం ఆయనొచ్చేవరకూ ఆ గదిలో ఒంటరిగానే ఉండాలి.

గడియ పెట్టి టీ.వి ఆన్ చేసింది.

ఏదో ఛానెల్ లో పాత పాట వస్తోంది.

"నిన్ను నిన్నుగా ప్రేమించుటకు... నీ కోసమే కన్నీరు నించుటకు....

నేనున్నానని నిండుగా పలికే తోడొకరుండిన అదే భాగ్యమూ..., అదే సర్వమూ..." అంటూ ఘంటసాల గారు బాగానే పాడుతున్నారు. కవిగారూ బాగానే చెప్పారు.

'కానీ అవేమీ జరిగేవి కావు' అని రిమోట్ ఆప్ చేసి, అలసటగానే కళ్ళు మూసుకుంది మాలతి.

రెండు మూడు క్షణాలు గడిచాక తన ఫోను రింగ్ అవడంతో డిస్ప్లే మీద పేరు చూసింది.

జయలక్ష్మి...

'తను ఎందుకు ఇప్పుడు ఫోన్ చేస్తోంది?' అనుకుంటూ ఫోన్ అందుకుంది.

"చిన్నమ్మ గారూ... నేనండీ జయలక్ష్మిని.ఈ మధ్యన అస్సలు మీ ఒంట్లో బాగులేదట కదా! నన్నొచ్చి మీకు సాయంగా ఉండమంటారామ్మా!నేనుంటాను" అంటోంది.

"నీకెవరు చెప్పారు?" అంది మాలతి.

"అదేంటండి చిన్నమ్మగారూ...మీకు బాగులేదని తెలిసిన కాన్నిఞ్చి ఆయన ఒకటే దిగులు పెట్టేసుకున్నారు. నన్ను మీ దగ్గరికి వెళ్ళమని రోజూ చెప్పుంటారు కూడా" అంది జయలక్ష్మి.

"అంత దూరం నుండి వచ్చి నాకు సాయం చేస్తావా? సరే... వేణు ఉన్నాడా? ఒకసారి ఫోన్ ఇవ్వు!" అంది మాలతి.

"ఆయన ఇప్పుడు లేరు చిన్నమ్మ గారూ... వచ్చాక ఫోన్ చేయమన్నారని చెప్పమంటారా? చెప్తాను" అంది.

"అలాగే" అంటూ ఫోను పెట్టేసింది మాలతి.

వేణు.

జయలక్ష్మి చెప్పిన వేణు ఒకప్పుడు తన ప్రసన్నత కోసం, తన ఇంట్లోనే తన కోసమే బందీ అయిన ఒక స్వాస్నికుడు.

అదేమిటో? పురుషుని కళ్ళల్లో ఆరాధన ఆడదానికి అర్థం అవుతానే ఉన్నా, తనంతట తానుగా తన ప్రేమను వ్యక్తం చేసే స్వేచ్ఛ కుటుంబమూ, సమాజమూ స్త్రీకి ఇవ్వదు కదా!

అయితే స్త్రీ హృదయాన్ని దొంగిలించే ఆ మానస చోరుడిని తన గుండెల్లో బంధించేయాలని ఉబలాటం ఉన్నా కాలం కూడా కలిసి రాదు.

అది ముందు నాలుగు కళ్ళ పరిచయ వెతుకులాటగా మొదలై, రెండు చిరునవ్వులుగా మారి, భయంతో ఎవరికి వారు ఒక్కరిగా ఉంటూ, ఏకాంతంలో ఆనందాల ఊహగా మిగిలి...

ఏదో ఒక రోజు చెరో గూటికి చెదిరిపోతాయి.

అలానే ఈ వేణు, మాలతీ కూడా విడిపోయారు.

కళ్ళల్లో నీళ్లు నిలిచాయి మాలతికి.

వేణు నిరుపేద. తనతో పాటు తన ఇంట్లోనే సమానంగా చదువుకున్న వాడే అయినా, తన ఇంట్లో పని చేసే వాడి కొడుకని వేణుని తన నుండి, వేణు ద్వారానే కన్వీనియంట్ గా దూరం చేసి ఇతనితో పెళ్లి చేసేశాడు తన తండ్రి.

చిన్నప్పటి నుంచీ తనతో స్నేహంగా ఉన్న తనకు చిన్నచిన్న సహాయాలు చేసినందుకు తనను దేవతలా ఆరాధించేవాడు వేణు.

చాలా సందర్భ్యాల్లో......

'కొన్ని జీవితాలకి అర్చించడమే తప్ప అర్పించడం ఎప్పటికీ వీలు కాదు మాలతీ' అని బేలగా, నిస్సహాయంగా అనేవాడు.

తనిచ్చే చిటికెడు ప్రేమకు, అభిమానంగా మాట్లాడే మాటలకే పులకించి పోతూ తనను ఏవేవో బహుమతులతో ఆనందింపజేయాలని చూసే.అతనితో ..

'ఓ చెలికాడా! నాలో చెరిగిపోని నీ ప్రేమని చెత్త బహుమతులతో ఎందుకు తూచబోతావు? .

స్త్రీ హృదయంలో ఒక్కసారి ఒదిగిన ప్రేమ ఎప్పటికీ మారదని నీకు తెలియదా?" అని అనాలనిపిస్తుంది.

కానీ, కట్టి పడేసిన సంసారం సరిహద్దులు గీస్తూనే ఉంటుంది కదా!

చిన్నప్పటి నుంచీ తన ఇంట్లోనే ఉంటూ, పనిచేస్తూ కేవలం పరిచయస్తుడిగా మిగిలిపోయిన ఈ వేణుకు తన అనారోగ్యం గురించి కొంత తెలిసినా ఇప్పుడు ఎవరో మరీ ఎక్కువగా చెప్పినట్టున్నారు.

అందుకే వాళ్ళ ఆవిడను తనకు సాయంగా పంపిస్తానంటున్నాడు. చూడాలి.

★★★

"నిన్నిలా చూడాల్సి వస్తుందని నేను ఎప్పుడూ అనుకోలేదు మాలతీ!

నాపై చిన్నప్పటి నుండీ అంతులేని కరుణను వర్షించిన నీకా ఈ దురవస్థ? అన్నాడు జీరబోయిన గొంతుతో వేణు.

"ఏం చేస్తాం వేణు. మన తలరాతను ఆ భగవంతుడు ఎలా రాశాడో అలానే అనుభవించాలి కదా!" అంది మాలతి.

"అదేం కాదు మాలతీ...నీవు ప్రశాంతంగా ఉండు. నీకేం కాదు అసలు.

నిన్ను తన సొంత అక్కగా చూసుకుంటుంది మా ఆవిడ జయలక్ష్మి. చిన్నప్పటి నుంచి మన గురించి జరిగింది చెప్పాక, నిన్ను నాకంటే ఎక్కువగా తనే అభిమానిస్తుంది తెలుసా?"

"ఏం చెప్పావు ఏమిటి?" నవ్వుతూ అడిగింది మాలతి.

"ఏవైనా రెండు వస్తువులు తెచ్చి... ఒకటి నాకోసం, మరొకటి నీకోసం అని నువ్వ నాకు పంచి పెట్టే విధానం. తరువాత నేను నీకోసం ఏం తెచ్చినా.. నీకు ఇవ్వలేని నా అసహాయత.. అన్నీ చెప్పాను "

"అందుకని ఇప్పుడు మీ ఆవిదని నా సేవ కోసం ఇక్కడ విడిచిపెట్టి వెళ్తానంటావు"

"తప్పేముంది మాలతీ, నాకు మీ ఇంట్లో ఆశ్రయం కల్పించి అన్ని అవసరాల్లో ఆదుకున్న దేవత ఇలాంటి పరిస్థితుల్లో ఉంటే ఈమాత్రం సాయం చేసుకోమా?" అంటూ ఏదో నచ్చ చెప్పడానికి ప్రయత్నం చేస్తున్నాడు.

"వయసు తరుగుతున్న వారి బ్రతుకులను ఏదోక వ్యాధి రూపంలో ఆక్రమించుకోవడానికి కాలమెప్పుడు కాచుకుని ఉంటుంది వేణు.

అందుకోసం ఎవరో ఒకరు మనకు సాయంగా ఉండాలనుకోవడం, అది తను ప్రేమించే వారి కోసం ఉండాలనుకోవడం.. అవతలి వారి గొప్ప మనసుకు సాధ్యమేమో...., గాని మనసున్న ఇవతలి వారికి అది అసలు సాధ్యం కాదు.

"నేనేదో గొప్ప దేవతననుకుంటూ ఎన్నాళ్లుగానో నువ్వు నా జ్ఞాపకాల విరహంలో పది సంవత్సరాలు వేగిపోయి ఎక్కడ బడితే అక్కడ గుర్తులుగా వదిలేసిన నా జ్ఞాపకాలనూ, తీయని మాటలనూ, బహుమతిగా ఇచ్చిన వస్తువులనూ అపురూపంగా దాచుకున్నావు.

ఎందుకో నీ ప్రేమను అందుకోవాలని ఎన్నో సార్లు ప్రయత్నించిన నేను ఒక్కసారి కూడా గెలువలేకపోయాను.

మోముపై నవ్వుని అతికించుకుని బాధను దిగమింగుకొని 'మాకింతే ప్రాప్తమ'ని బ్రతుకు గడిపేయడం మా ఆడ జాతికి అలవాటయిన పనే.

అయితే ఎప్పటికైనా కాలిపోయే ఈ కట్టె కోసం మీ మగవారు ఎందుకింత యాతన పడతారో అర్థం కాదు.

"ఏంటి మాలతీ ఏమిటీ నిర్వేదం? నేనిప్పుడు ఏం చేయాలి?" వణికే స్వరంతో అన్నాడు వేణు.

"నీవు అర్జెంటుగా మా ఆయన రాకమునుపే ఇక్కడి నుంచి వెళ్లిపోవాలి. ఒకవేళ ఆయన ఇప్పుడే వచ్చినా నువ్వు నా దగ్గర పని చేయించడానికి మీ ఆవిదని పంపిస్తాననే మాట లేకుండా కేవలం నన్ను పలకరించడానికే వచ్చానని చెప్పాలి అంతే!"

"అ.. అది కాదు మాలతీ" అంటూ వేణు ఏదో చెప్పబోయాడు

"ప్లీజ్ వేణు... స్నేహితురాలిగా నీ మీద అధికారం ఉందనే చెప్తున్నాను.

కాలం మనసుపై ఎలాంటి మాయ చేస్తుందో నీకు తెలీదు.

డబ్బిస్తున్నామనే అహంకారంతో ఆయన,

నాకు అనవసరంగా సేవ చేయాల్సి వస్తుందని మీ ఆవిడ....

కలుసుకునే మన కళ్ళకు పెను ఆటంకాలై మన తియ్యని దుఃఖాన్ని, నిన్నటి స్వప్నాల్ని కూడా మనకు దూరం చేసేస్తారు.

మనం ఎప్పటికీ విఫల ప్రేమికులుగానే ఉండిపోదాం వేణు

పిలిచే హృదయం కన్నా తలిచే హృదయం గొప్పది.

పిలిచే హృదయంలో అవసరం ఉంటుంది.

తలిచే హృదయంలో అభిమానం ఉంటుంది.

నేను ఏ చిన్న అవసరానికి నిన్ను పిలవకూడదు.

కానీ

నీవు నన్ను ఎప్పుడూ తలుస్తూనే ఉండాలి. నీ తీయని జ్ఞాపకాల్లో నేనొక చెరగని రూపమై నిలిచిపోవాలి. సామాజికులు ఏర్పరిచే

ఏ కృత్రిమ బంధాల్లోనూ మనం నిలవలేక పోయినా పవిత్ర స్నేహబంధంలోనే ఉండిపోదాం.

నా ఈ జీవితం ఇలానే సాగిపోనీ....

ఏ స్త్రీ అయినా కోరుకునేది ఇదే వేణు, వెళ్లి రా "అంది ఆయాస పడుతూ.

వెళ్లడానికి లేచాడు వేణు.

ఏదో చెప్పాలనుకుని మళ్ళీ ఆగి పోయాడు.

"ఏదో చెప్పబోతున్నావు వేణు" అంటూ అడిగింది మాలతి.

"కొన్ని బ్రతుకులకు అర్చించడమే తప్ప ఏదైనా అర్పించడం అసలు వీలు కాదు మాలతీ "అంటూ బయటకు నడిచాడు వేణు.

పరివర్తన
దినవహి సత్యవతి

జ్ఞానోదయ పబ్లిక్ స్కూల్ వార్షికోత్సవం. అంతా సందడిగా ఉంది. బహుమతిప్రధానోత్సవం జరుగుతోంది. ప్రతి సంవత్సరం లాగే ఆటలు, పాటలు, చదువుకు సంబంధించి చాలా బహుమతులతో పాటుగా ఈ సారి "ఉత్తమ విద్యార్థిని" బహుమతి కూడా అందుకుంది నవ్య. ఆనంద్, లలితల ఏకైక సంతానం నవ్య. ఇద్దరికీ నవ్యంటే పంచప్రాణాలు.

ఆనంద్, లలితా బాగా స్థితిమంతులైనప్పటికీ విపరీత గారాబాలు చెయ్యకుండా చక్కగా క్రమశిక్షణతో పెంచి, మంచి నడవడిక నేర్పించి, అవసరమైనంతవరకూ అన్ని సమకూర్చి ... అందరి చేతా 'బుద్ధిమంతురాలు నవ్య' అనిపించుకునేలాగానే పెంచారు కూతురిని.

నవ్య కూడా, నన్ను అర్థంచేసుకుని ఏలోటూ రాకుండా చూసుకునే తల్లిదండ్రులు ఉండటం నా అదృష్టం అనుకుంటూ ఉంటుంది. తల్లిదండ్రులే నవ్యకి ఆదర్శం.

పదవ తరగతి అర్ధవార్షిక పరీక్షలు ఇంకో నెలలోకి వచ్చాయి. ఏకాగ్రతతో చదవటానికి శాయశక్తులా ప్రయత్నిస్తోంది నవ్య. కానీ ఎందుకో ఈ మధ్య చదువుపైన ఏకాగ్రత పెట్టలేకపోతోంది. కారణం ఇంట్లో వాతావరణంలో ఏదో మార్పు కనిపిస్తోంది!

ఎప్పుడూ ఎంతో సరదాగా కలిసి గడిపే అమ్మా నాన్న ఒకరిపట్ల ఒకరు కొంచెం శుభావంగా ఉన్నట్లు సందేహం కలుగుతోంది. తన ఎదురుగా ఉన్నప్పుడు మామూలుగా మాట్లాడుకుంటున్నట్లు ప్రయత్నిస్తున్నప్పటికీ, ఇద్దరిమధ్య అపోహలు ఏర్పడుతున్నాయేమోనని అనిపిస్తోంది తనకి. తాను మరీ చిన్న పిల్లేమీ కాదుగా ఇలాంటి సున్నితమైన విషయాలు తన దృష్టిలోకి రాకపోవటానికి? కానీ అవి ఏమిటి అన్నది తెలియటంలేదు, మరి తెలుసుకోవటం ఎలా?, ఏమిటి మార్గం?' ,ఇలాంటి ఆలోచనలు పగలూ రాత్రి మెదడుని తొలిచేస్తుంటే చదువుపై ఏకాగ్రత కుదరటం లేదు.

నాన్న జాతీయ బ్యాంకులో రీజనల్ మేనేజరు. అమ్మ సంగీతంలో నిష్ణాతురాలు. సంగీత కళాశాలలో మంచి ఉద్యోగ అవకాశం వచ్చినప్పటికీ అది కాదనుకుని నాకు అన్నివేళలా అందుబాటులో ఉండాలని , ఇంట్లోనే సంగీత పాఠశాల నడుపుతోంది. రోజూ నేను సైకిలుపై స్కూలుకి వెళ్ళగానే నాన్న బ్యాంకుకి వెళతారు.ఈ మధ్య చాలా రాత్రయ్యాక ఇంటికి వస్తున్నారు , అదేమంటే "బాధ్యతలు" అని అంటున్నారు.

ఒకరోజు నవ్య, స్కూలు వ్యవస్థాపకులలో ఎవరో చనిపోయారని, రోజూ కంటే ముందుగానే స్కూలు వదిలిపెట్టేస్తే , మధ్యాహ్నం మూడు గంటలకల్లా ఇంటికి వచ్చేసింది . అలవాటు ప్రకారం అమ్మ అని పిలుస్తూ కాలింగ్ బెల్ నొక్కబోయిన నవ్యకి లోపలినించి గట్టి గట్టిగా మాటలు వినిపించాయి.

'అమ్మ ఎవరితోనో కోపంగా మాట్లాడుతోంది ...కాదు కాదు అది మాట్లాడుతున్నట్లు లేదు వాదిస్తున్నట్లుగా ఉంది! అమ్మ అంత కోపంగా మాట్లాడగా ఇంతకు ముందెప్పుడూ వినలేదు', అనుకుంది నవ్య.

'కానీ ఎవరితో?' అనుకుంటుండగానే అవతలి గొంతు విని గుర్తు పట్టింది. 'అది నాన్న గొంతు! నాన్న ఈ సమయంలో ఇంట్లో ఉన్నారేమిటీ? అమ్మ నాన్న ఎందుకు వాదించుకుంటున్నారు? ఏమై ఉంటుంది' అనుకుంటూ "అమ్మా తలుపుతియ్య" అంటూనే విరిగిపోతుందేమో అనేంత గట్టిగా కాలింగ్ బెల్ నొక్కింది!.

వెంటనే లోపల మాటలు ఆగిపోయాయి. తలుపు తీసిన తల్లి వైపు చూసిన నవ్య ఆమె కళ్ళు ఎర్రబారి ఉండటం చూసి 'అమ్మ బాగా ఏడ్చినట్లుంది' అనుకుని, ఆ విషయం తాను గమనించనట్లు తల్లికి తెలియనీయకుండా , స్కూలునించి త్వరగా రావటానికి గల కారణాన్ని గబగబా చెప్పేసి, తండ్రి ఇంట్లో ఉన్న విషయం తనకి తెలిసినా తెలియనట్లుగానే ఫ్రెష్ అయ్యి వస్తానంటూ తన గదిలోకి వెళ్ళిపోయింది నవ్య.

'అమ్మా ఎందుకేడుస్తున్నావు?' అని అడిగే ధైర్యం లేకపోయింది. మొదటిసారిగా ఎందుకో భయం వేసింది నవ్యకి. తన స్నేహితురాళ్ళలో ఒకరిద్దరు ఇలాగే తమ తల్లిదండ్రులు గొడవలు పడి విడాకులు తీసుకున్నారని ఇప్పుడు వాళ్ళు కొన్నాళ్ళు తల్లి దగ్గరా, కొన్నాళ్ళు తండ్రి దగ్గరా ఉంటామని చెప్పటం గుర్తుకు వచ్చింది.

'అమ్మా నాన్న కూడా విడిపోతారా?' అనే ఆలోచన రాగానే భయంతో ఒక్కసారిగా ఒళ్ళంతా వణికిపోయి నీరసం వచ్చినట్లె మంచంపై కూలబడిపోయింది. ఆ రోజు రాత్రి భోజనాల దగ్గర తల్లి ముభావంగా, తండ్రి కోపంగా ఉండటం గమనించిన నవ్య మౌనంగా భోజనం చేసి తన గదిలోకి వచ్చేసింది.

మర్నాడు స్కూలుకి బయలుదేరుతూ తాను లైబ్రరీ నించి తెచ్చిన పుస్తకం వాపసు ఇవ్వడానికి అదే ఆఖరు రోజని గుర్తుకు వచ్చి దాని కోసం వెతకసాగింది కంగారుగా.

'ఇవాళ తిరిగి ఇవ్వక పోతే రోజుకి రూ 25/– చొప్పున ఫైన్ కట్టాలి' అనుకుంటూ వంటింట్లో ఉన్న తల్లికి వినిపించేలా గట్టిగా పిలుస్తూ 'అమ్మా నా లైబ్రరి పుస్తకం ఎక్కడైనా చూశావా?' అని అడిగింది .

"మొన్న నాన్న అడిగితే ఇచ్చావు కదమ్మా! మర్చిపోయావా?" అంది లలిత, కూతురికి లంచ్ డబ్బా పెడుతూ, వంటగదిలోనించే .

'అవును నాన్న నేను లైబ్రరి నించి తెచ్చుకున్న పుస్తకాలు అడిగి చదువుతుంటారు అప్పుడప్పుడూ' అని జ్ఞప్తికి రాగా అయితే నాన్న గదిలో ఉండి ఉంటుంది అనుకుంది.

ఎంతో అవసరమైతే తప్ప తల్లిదండ్రుల గదిలోకి వెళ్ళదు నవ్య. పోనీ తల్లిని అడుగుదామంటే వంటగదిలో హడావిడిగా ఉంది. ఇక చేసేదేమీ లేదనుకుని గబగబా ఆ గదిలోకి వెళ్ళి చూడగా టేబుల్ పైన పెట్టి ఉంది పుస్తకం. టైమైపోతోందనే కంగారులో పుస్తకం లాగినట్లుగా తీస్తుండగా అది కాస్తా కిందపడిపోయింది.

'అబ్బబ్బా' అనుకుంటూ వంగి పుస్తకం తీసుకుంటున్న నవ్యకి మంచం క్రింద ఏదో ఉన్నట్లు అనిపించింది. 'ఏమిటా?' అనుకుంటూ సహజమైన ఆసక్తితో మంచం క్రిందికి వంగి దానిని తీసి చూస్తే అది ఒక ఖరీదైన బ్రాందీ సీసా!

ఒక్కక్షణం షాక్ తగిలినట్లయి 'నాన్న బ్రాందీ తాగుతారా?' అనుకుంది నవ్య.

'ఇది ఒకటేనా ఇంకా సీసాలు ఉన్నయా?' అనుకుంటూ, తల్లి వస్తుందేమోనని భయపడుతూ ఒక కన్ను అటువేసి ఉంచి గదంతా గబగబా వెతకసాగింది. ఆ క్షణంలో

స్కూలుకి టైమైపోతోందనే సంగతి మర్చిపోయింది. అప్పుడు కనిపించింది బీరువా వెనకాల అలాంటి మరో నాలుగు సీసాలున్న అట్టపెట్టె ఒకటి.

తండ్రికి త్రాగుడు అలవాటు ఉందనే నిజాన్ని జీర్ణించుకోలేకుండా ఉంది నవ్య. దానికి కారణం ఆయనే ఎన్నోసార్లు ఏదైనా ఒక చెడు వ్యసనం పట్టుకుంటే వదులుచుకోవటం చాలా కష్టమనీ అనటం విది. మరి త్రాగుడు ఒక చెడు వ్యసనమే కదా! ఎంటో అంతా అయోమయంగా ఉంది', అనుకుంటూ మంచం క్రిందనించి తీసిన సీసా మళ్ళీ యధా స్థితిలో పెట్టేసి "అమ్మా స్కూలుకి వెళుతున్నాను" అని వంటగదిలోఉన్న తల్లికి వినపడేలా చెప్పేసి, టేబుల్ పైన తనకోసం పెట్టి ఉంచిన లంచ్ డబ్బా తీసుకుని స్కూలుకి వెళ్ళిపోయింది.

దారిలో ఇదే ఆలోచన 'అంటే అమ్మ నాన్నలు ముభావంగా ఉండటం, నాన్న ఈ మధ్య ఆలస్యంగా రావటం, వాళ్ళ మధ్య వాదనలూ , ఆ రోజు అమ్మ కళ్ళు ఎర్రబడి ఉండటం ... వీటన్నిటికీ నాన్న త్రాగుడు అలవాటే కారణమన్న మాట! నేను, నా స్కూలూ, పరీక్షలతో బిజీగా ఉండి ఏమీ గమనించ లేదు!' అనుకుని బాధపడింది.

స్కూలుకి వెళ్ళే త్రోవలో రాధిక కలిసింది. ఇద్దరూ మంచి ప్రాణ స్నేహితులు. రోజూ కలిసి కబుర్లు చెప్పుకుంటూ స్కూలుకి వెళతారు. కానీ ఆ రోజు నవ్య పరధ్యానంగా ఉండటం గమనించి "నవ్యా ఏమైంది ఎందుకలా ఉన్నావు?" అని అడిగింది రాధిక.

తండ్రి త్రాగటం గురించి చెప్పి ఆయన అలా చెయ్యటం తనకి చాలా బాధ కలిగిస్తోందని చెప్పింది రాధికతో.   అలా చెప్పాక ఎందుకో మనసు కొంత తేలికైనట్లనిపించింది నవ్యకి.

అంతా విని "ఊరుకో నవ్యా నీ భయం నేను అర్థం చేసుకోగలను, కానీ నువ్వు కొంచెం ఎక్కువగా కంగారు పడుతున్నావేమో అనిపిస్తోంది. ఇలా ఒక్కసారిగా ఆయనకు త్రాగుడు అలవాటుందని తెలిసి నువ్వు బాధ పడటం సహజం." అంది రాధిక.

కానీ తన తల్లీ తండ్రీ చాలా వాదించుకున్నారనీ, తల్లి ఏడవటం కూడా జరిగిందనీ దీనిని బట్టి చూస్తే డ్రింకింగ్ తన తండ్రికి ఒక వ్యసనం లా అయందని తెలిసి చాలా భయంగా ఉందనీ ... ఇలా ఇంకా ఏమో చెప్పబోయిన నవ్య స్కూలు రావటంతో ఆపేసింది. నవ్యా రాధికా ఒకే క్లాస్ అయినా వేరు వేరు సెక్షన్స్ కావటంతో ఎవరి సెక్షన్ కి వాళ్ళు వెళిపోయారు.

మధ్యాహ్నం అందరూ కూర్చుని లంచ్ చేస్తూ మాట్లాడుకుంటుండగా డ్రింక్స్ తీసుకోవటం గురించి ఏదో ప్రస్తావన వస్తే ఎప్పుడూ లేనిది అవాళ ఆసక్తిగా వినసాగింది నవ్య. ఇప్పుడు డ్రింక్ చెయ్యటం ఒక స్టేటస్ సింబల్ లాగా చాలా మామూలు అయిపోయింది. ఎవరైనా 'మేము డ్రింక్ చెయ్యము, మాకు అలవాటులేదూ అంటే వీళ్ళూ మనుషులేనా అన్నట్లు చిన్న చూపు చూస్తున్నారు' అని మాట్లాడుకుంటున్నారు అందరూ.

"మా ఇంట్లో కూడా మా పేరెంట్స్ ఇద్దరూ డ్రింక్ చేస్తారు, ఆఫ్కోర్స్ మేము కూడా అప్పుడప్పుడూ తీసుకుంటాము కానీ వాళ్ళకి తెలియకుండానే సుమా" నవ్వుకున్నారు అందులో ఒకరిద్దరు.

'నా క్లాస్ మేట్స్ లో కూడా డ్రింక్ చేసే వాళ్ళున్నారా, ఈ విషయం నాకు ఇప్పటిదాకా తెలియదు. అవును ఎలా తెలుస్తుంది, రోజూ కూర్చుని కలిసి లంచ్ చేస్తున్నా నేనెప్పుడూ ఇలాంటి సంభాషణలపట్ల పెద్ద ఆసక్తి చూపను మరి', సాలోచనగా చూసింది వాళ్ళ వైపు నవ్య.

'వీళ్ళ మాటలని బట్టి చూస్తే రాధిక అన్నట్లు నేనే అనవసరంగా కంగారు పడుతున్నానేమో?' అనుకుంది మళ్ళీ నవ్య. అయినప్పటికీ ఎందుకో తండ్రి డ్రింక్ చేస్తారు అన్న విషయాన్ని జీర్ణం చేసుకోలేకపోతోంది. అసలు ఆ ఆలోచనే నచ్చటంలేదు.

ఒక్కొక్కసారి మనం ఆదర్శంగా తీసుకున్న వ్యక్తులు, వాళ్ళు చెప్పేదానికి చేసేదానికి పొంతనలేనట్లనిపిస్తే ఇటువంటి వారినా నేను ఆదర్శంగా తీసుకున్నది! అనిపించి తాత్కాలికంగా ఒకవిధమైన వ్యతిరేకత పొడచూపుతుంది. కానీ ఒక్కొక్కళ్ళ జీవితం పైన ఆ తాత్కాలిక వ్యతిరేకతే ఎంతో దీర్ఘకాలిక ప్రభావాన్ని చూపిస్తుంది. ఇప్పుడు నవ్య విషయంలో కూడా అలాగే జరిగింది.

'నాన్నే ఆదర్శం అనుకున్నాను. అలాంటిది ఆయనే తాను చేస్తున్నది తప్పని తెలిసీ చేస్తున్నారు. ఇంక నేనెందుకు నాన్న మాట వినాలి?' అనిపించింది నవ్యకి.

అప్పటినించీ ఎందుకో నవ్యలో ఆమెకి తెలియకుండానే ఒక రకమైన నిర్లక్ష్య ధోరణి అలవాటయ్యింది. తల్లిదండ్రులు ఏమైనా అడిగినా విసురుగా సమాధానం చెప్పటం, చెప్పిన మాట వినక పోవటం...లాంటివి చెయ్య సాగింది. కూతురిలో ఈ మార్పుకి కారణమేమిటో ఎంత ఆలోచించినా అర్థం కావటంలేదు ఆనంద్ లలితలకి.

ఇంకో రెండురోజుల్లో నవ్య పుట్టినరోజు. ఎప్పుడూ తల్లిదండ్రుల అనుమతి తీసుకునిగానీ ఏమీ చెయ్యని నవ్య ఈ సారి మాత్రం వాళ్ళకి చెప్పకుండానే పుట్టినరోజు

నాడు తన ఫ్రెండ్స్ ని ఇంటికి పార్టీకి పిలిచింది. అది ఇద్దరికీ కొంచెం బాధగా అనిపించినా కూతుర్ని ఏమీ అనలేదు.

ఆ రోజు నవ్య పుట్టినరోజు పార్టీ జరుగుతోంది. ఆదివారం కావటంవల్ల ఆనంద్ ఇంట్లోనే ఉన్నాడు. లలిత వంటగదిలో పనిచేసుకుంటోంది.

"ఫ్రెండ్స్ ఇప్పుడు మీకో సర్ ప్రైజ్" అంటూ నవ్య తన గదిలోకి వెళ్ళింది.

ఆనంద్, లలితా కూడా అదేమిటోనని ఆత్రంగా చూడసాగారు. ఇంతలో నవ్య ఒక ట్రే లో ఐదు గ్లాసులు, ఒక బ్రాందీ సీసా తెచ్చి, బ్రాందీ గ్లాసులలో పోసి తన ఫ్రెండ్స్ అందరికీ ఇచ్చింది. ఫ్రెండ్స్ అందరూ నవ్యకేసి ఆశ్చర్యంగా చూశారు.

తల్లీ తండ్రీ తమని గమనిస్తున్నారని తెలుసు నవ్యకి అందుకే 'ష్! మాట్లాడకుండా తాగండి' సైగ చేసింది.

తమని డ్రింక్స్ తాగమని ఎందుకు అంటోందో తెలియక పోయినా నవ్య సంగతి తెలుసు కనుక, ఆ సైగ వెనుక ఏదో బలమైన కారణం ఉంటుందని అర్థంచేసుకుని "వావ్! ఎంత మంచి సర్ ప్రైజ్ , మేము ఊహించనేలేదు నవ్యా! చాలా రోజులైంది డ్రింక్ చేసి, థాంక్స్" అన్నారు ఆనందంగా.

"చీర్స్!" అనుకుంటూ గ్లాసులు కొట్టుకుని, హ్యాపీ బర్త్ డే నవ్యా" అంటూ త్రాగటం మొదలు పెట్టారు. అందరూ ఆనందంగా డ్రింక్ చేస్తూ సరదాగా పార్టీ ఎంజాయ్ చేస్తున్నారు.

ఎప్పుడొచ్చిందో తెలియదుగానీ లలిత వచ్చి ఆనంద్ దగ్గర కూర్చుంది. లోపలనించి ఇదంతా నిశ్చేష్టులై చూస్తున్న ఆనంద్ లలిత 'మనం చూస్తున్నది మన నవ్యేనా?' అనుకుంటూ ఒకరి ముఖాలు ఒకరు చూసుకున్నారు.

ఆ తరవాత కొంచంసేపటికి నవ్య ఫ్రెండ్స్ వెళ్ళిపోయారు. ట్రే, గ్లాసులూ , సీసా తీసుకుని తన గదిలో పెట్టి హాలులోకి రాబోతున్న నవ్యకి "ఇలారా" అని తల్లి కోపంగా పిలవటం వినిపించింది. దాంతో ఒకింత భయపడి తల్లిదండ్రుల గదిలోకి వెళ్ళి మౌనంగా నిలబడింది గోడవారగా.

"నవ్యా ఏమిటిదంతా? పార్టీలో ఆ డ్రింక్స్ ఎక్కడినించి వచ్చాయి? ఎప్పటినించీ ఈ తాగుడు అలవాటు నీకు?"

"నిన్నే అమ్మ ఏదో అడుగుతోంది వినిపించలేదా, సమాధానం చెప్పవే?" అరిచాడు ఆనంద్ గట్టిగా.

తండ్రికేసి ఒకసారి నిర్లిప్తంగా చూసి "ఆ డ్రింక్స్ నాన్న గదిలోవే. అయినా నాన్న తాగితే తప్పు లేదుగానీ నేను తాగితే తప్పేంటి?" నిర్లక్ష్యంగా తండ్రికేసి చూస్తూ అంది.

దాంతో కోపంతో రెచ్చిపోయి, ఎదిగిన కూతురిపైన చెయ్యి చేసుకోకూడదనే విషయాన్ని కూడా మర్చిపోయి కూతురి దవడ పగిలేలా కొట్టి, రెక్క పుచ్చుకుని బర బరా గదిలోకి లాక్కెళ్ళి మంచంపై బలంగా కూలేసి 'ధధేల్' మని తలుపు లాగి విసురుగా వెనక వరండాలోకి వెళ్ళి పోయింది లలిత.

నవ్యనించి అలాంటి ఎదురు సమాధానం వస్తుందని ఊహించని ఆనంద్ ఒక్కసారి అవాక్కయ్యాడు. లలిత నవ్యని కొట్టిన చెంపదెబ్బ అంతకంటే బలంగా వచ్చి తనకే తగిలినట్లుగా అనిపించింది ఆనంద్ కి. అలాగే కుర్చీలో రెండు చేతుల్లో తల పట్టుకుని కూలబడి ఆత్మ విమర్శ చేసుకోవటం మొదలుపెట్టాడు.

'అవును నవ్య అన్న మాటల్లో తప్పేముంది? నేను త్రాగుతూ నవ్యని ఎందుకు త్రాగుతున్నావని అడిగే హక్కు నాకు ఎక్కడిది? అయితే ఈ మధ్య నవ్య ధోరణిలో మార్పుకి ఇదే కారణమన్నమాట. కూతురికి మంచి బుద్ధులు నేర్పాల్సిన నేనే ఇలా బుద్ధిలేకుండా ప్రవర్తిస్తే, ఇదిగో ఇలాగే జరుగుతుంది. పాపం ఎప్పుడూ ఈ విషయమై ఆదర్శాలు వల్లించే తండ్రి డ్రింక్ చేస్తాడని తెలిసి నవ్య ఎంత బాధ పడి ఉంటుందో, పిచ్చి పిల్ల' అనుకున్నాడు ఆనంద్.

అప్పుడు ఒకనాడు తాను త్రాగుతున్నానని లలిత బాధపడటం, ఏడవటం గుర్తుకు వచ్చి 'పాపం లలితని నేను ఎంత బాధపెట్టాను?' అనుకున్నాడు ఆనంద్.

'అయినా కూడా నవ్య డ్రింక్ చేయటం చూస్తే ఎంతో బాధగా ఉంది. నేను ఎంతో జాగ్రత్తగా ఎవరికంటా పడకూడదని బీరువా వెనకాల దాచిన బ్రాందీ సీసాలు ఎప్పుడో నవ్య కంట పడ్డాయన్న మాట. సరే ఇప్పుడు నవ్యకి ఎలా తెలిసిందనేది కాదు సమస్య. ముందు నేను త్రాగటం మానేయాలి, ఆ తరువాత నవ్యని ఈ అలవాటునించి ఎలా బయటకు తేవాలన్నది చూడాలి' ధృఢనిశ్చయం చేసుకున్నాడు ఆనంద్.

ఇంతలో "ఆనంద్" అని లలిత గావుకేక వినిపించి కంగారుగా గదిలోంచి బయటకు పరిగెత్తాడు ఏమైందోనని. ఆ కేక నవ్య గదిలోంచి వచ్చింది. అక్కడికి వెళ్ళి చూడగా మంచంపైన నవ్య స్పృహ తప్పి పడి ఉంది.

"నవ్యా, నవ్యా ఏమైందమ్మా, కళ్ళు తెరు" ఏడుస్తూ పిలుస్తోంది లలిత.

వెంటనే నవ్యని చేతులలో తీసుకుని "హాస్పటల్ కి తీసుకెళదాం పద" గబగబా కారు దగ్గరికి పరిగెత్తాడు ఆనంద్.

తలుపుకి తాళంవేసి లలిత కూడా వెనకాలే పరిగెత్తి కారులో కూర్చుంది. కారు రయ్యిన హాస్పిటల్ వైపు దూసుకుపోయింది.

హాస్పిటల్ ఎమర్జన్సీ వార్డులో నవ్యని పరీక్షించిన డాక్టరు బయటికి వచ్చి "చెంప పైన బలంగా దెబ్బ తగలటంవల్ల తల అదిరి అమ్మాయికి స్పృహ తప్పింది. అంతే భయపడాల్సిందేమీ లేదు. కొంచంసేపట్లో తెలివి వస్తుంది. రూంలోకి మారుస్తాము ఒక రెండుగంటలు ఇక్కడే విశ్రాంతి తీసుకున్నాక ఒకసారి చెవి లోపల కూడా పరీక్షచేసి అంతా సరిగా ఉందని నిర్ధారించాక అమ్మాయిని ఇంటికి పంపిస్తాము" అని "ఇంతకీ అమ్మాయిని చెంప పైన అంత గట్టిగా ఎవరు కొట్టారు?" అంటూ అనుమానంగా ఆనంద్ కేసి చూసారు డాక్టరు. ఆనంద్ లలిత కేసి చూసాడు. దాంతో డాక్టరుకి విషయం అర్థమయ్యింది.

"కొంచెంలో గండం తప్పింది. అదే చెవి పైన తగిలి ఉంటే వినికిడి శక్తి దెబ్బ తినేది. ఇంక ముందు ఇలాంటి పొరపాటు జరగకుండా చూసుకోండి" అంటూ తనవంతు సలహా ఇచ్చి డాక్టరు వెళ్ళిపోయారు.

కాసేపటికి నవ్యని పక్కనే ఉన్న రూం లోకి మార్చారు. ఆనంద్ లలిత పరుగు పరుగున నవ్య దగ్గరికి వెళ్ళారు. అలికిడికి కళ్ళు తెరిచిన నవ్యకి తనవైపే ఆదుర్దాగా చూస్తున్న తల్లి తండ్రి కనిపించారు.

"నన్ను క్షమించమ్మా నవ్యా! ఇంకెప్పుడూ ఇలా జరగదు" అన్నాడు ఆనంద్ ప్రేమగా నవ్య తల నిమురుతూ. లలిత కూడా ఆనంద్ మాటలని సమర్థిస్తూ నవ్య రెండు చేతులూ తన చేతిలోకి తీసుకుని ఆప్యాయంగా నొక్కింది.

"అమ్మ నాన్న మీరిద్దరూ కూడా నన్ను క్షమించండి" అంది నవ్య మనసులో వాళ్ళిద్దరినీ తాను ఎదిరించి మాట్లాడినందుకు బాధపడుతూ.

అయితే పార్టీలో గ్లాసులలో పోసింది నిజమైన బ్రాందీ అయినప్పటికీ, తానూ తన ఫ్రెండ్స్ అది తాగలేదని, ఊరికే తాగినట్లు నటించామని, నిజానికి తనకి గానీ పార్టీకి వచ్చిన తన ఫ్రెండ్స్ కి గానీ డ్రింక్ చేసే అలవాటులేదనే విషయాన్ని తల్లిదండ్రులకి ఎప్పటికీ తెలియనివ్వలేదు నవ్య.

తండ్రి తనతో మాట్లాడిన విధానంతోనే ఆయనలో పరివర్తన వస్తుందనే నమ్మకం కలిగింది నవ్యకి. ఆ పరివర్తన శాశ్వతం కావాలని మనఃస్ఫూర్తిగా కోరుకుంది నవ్య.

ఒట్టేసి చెప్పవా ఇంకొక్కసారి

శరకణం. కనకదుర్గ

భరించే భర్త బరితెగిస్తే?

భార్య చేతికి విడాకులేనా?

భరించే భార్య సహనం కోల్పోతే?

భర్త చేతికి విడాకులేనా?

రండి అది ఏమిటో చూద్దాం...

కోర్టు ఆవరణ అంతా నిశ్శబ్దంగా ఉంది.

　　'చెప్పండి మధురిమ, సూర్య మీరు ఇద్దరు ఎందుకు విడాకులు కావాలి అని కోర్టును ఆశ్రయించారు. పెళ్లి అయ్యి నాలుగు ఏళ్లు కూడా కాలేదు, అప్పుడే సంసారం మీద, భర్త మీద విరక్తి ఎందుకు కలిగింది. ఇలాంటి నిర్ణయంకి ఎందుకు వచ్చారు' అన్నారు జడ్జి గాయత్రి దేవి. ఇద్దరూ మౌనంగా ఉన్నారు.

"మౌనం అన్నింటికీ సమాధానం కాదు". మీరు మాట్లాడకుండా ఉంటే మీ సమస్య నాకు ఎలా తెలుస్తుంది చెప్పండి అన్నారు జడ్జి గాయత్రి దేవి చాలా సహనంగా వారి మౌనం వీడి మాట్లాడాలని.

ఫ్యామిలీ కోర్టు జడ్జి గాయత్రి దేవి ముందు సూర్య, మధురిమ కూర్చొని ఉన్నారు. వారి ఆలోచనలు పరిపరి విధాలుగా ఉన్నాయి ..

అప్పుడే ఒక ఆడ పిచ్చుక వచ్చి ఆమె వెనక ఉన్న కిటికీ మీద వాలింది కీచ్, కీచ్ మంటుంది ఒక్క నిమిషంలో అక్కడికి ఇంకో మగ పిచ్చుక వచ్చి ఆడ పిచ్చుక పక్కన వాలింది.

రెండు కబుర్లు చెప్పుకున్నట్లు చాలా సేపు అక్కడే ఉన్నాయి. మధురిమ దృష్టి అటు మళ్లింది.

పక్షులు అంటే తనకి చాలా ఇష్టం. పక్షుల బొమ్మలు వెయ్యటం, వాటిని వెంటనే ఫోన్ లోని ఫొటోలో బంధించడం ఆమెకు అలవాటు. వెంటనే చేతిలో ఉన్న ఫోన్ చిన్నగా పైకి తీసి పిచ్చుకల వైపు చూపించింది.

జడ్జి గాయత్రి దేవి ఫోన్ వైపు, ఫోన్ పెట్టిన డైరెక్షన్ వైపు చూసింది. కిటికీలో పిచ్చుకల జంట.

ఆమెకి ఏమి అర్థం కాలేదు, వెంటనే మధురిమ వైపు చూసింది, మధురిమ చాలా ఇష్టంగా తన లోకంలో తను ఉన్నట్లు ఫొటోస్ ఒక పది లాగించేసింది. వాటి కబుర్లు ఇక్కడ అయిపోయినాయి కాబోలు ఇంకో కొమ్మనో, కిటికినో, దర్వాజానో చేసుకుందాం పద పోదాం అని కలిసి ఎగిరి పొయ్యాయి.

వెంటనే మధురిమ ఫొటోస్ చూసుకుంటూ, చూడు సూర్య ఎంత బాగా వచ్చాయో ఫొటోస్ అని సూర్యకి చూపింది. అవును మధు, నువ్వు తియ్యటం బాగా రాక పోవటమా? అన్నాడు ఫొటోస్ ఆనందంగా చూస్తూ.

ఎదురుగా ఉన్న గాయత్రీ దేవికి, ఏమి అర్థం కాక వెంటనే పైకి లేచి. దయచేసి మీరు బయటకు వెళ్తారా లేదా పోలీసుల్ని పిలవాలా అన్నారు కోపంగా. అప్పుడు మధురిమా, సూర్య పైకి లేచి క్షమించండి మేడం నాకు బర్డ్స్ చాలా ఇష్టం ఏమి అనుకోకండి.

నేను చెబుతా మేము విడాకులకు ఎందుకు వచ్చాము అని అన్నది చేతులు రెండు జోడించి.

సూర్య కూడా తప్పు అయిపోయింది, "సారీ మేడమ్ మధురిమ ఏమి చేసినా నాకు చాలా ఇష్టం నేను ఎంజాయ్ చేస్తాను అందుకే ఫొటోస్ చూశాను" అన్నాడు.

"సరే మేడం ఇంకా మొదలు పెడతాం మా విడాకుల కథ "అన్నాడు.

జడ్జికి చాలా సహనం కావాలి ఇలాంటి వారి మనస్తత్వం అర్థం చేసుకోవటానికి. ఇద్దరి వైపు ఒకసారి చూసి వెంటనే కూర్చోని చెప్పండి అన్నారు. వెంటనే ఏదో గుర్తు వచ్చిన దానిలా పైకి లేచింది. గాయత్రి దేవి కిటికీ దగ్గరకు వెళ్లి, కిటికీ రెక్కలు దగ్గరకు వేసింది. ఇప్పుడు చెప్పండి ఇక ఏమి రావులే కిటికీ తలుపులు వేసాను అన్నారు.

మధుకు అర్థం అయ్యి మొహం చిన్నబోయింది, సూర్య కిసుక్కున నవ్వి మళ్ళీ జడ్జి చూస్తారు అని నోటికి చేతిని అడ్డం పెట్టుకున్నాడు. మధురిమ కాలితో సూర్య కాలుని ఒక్క తన్ను, తన్నింది.

గాయత్రీ దేవి అంతా గమనిస్తూ, వచ్చి కూర్చోని ఇది మీ ఇల్లు కాదు అన్నారు గంభీరంగా.

ఇక్కడ కొట్టుకుంటే మీ మీద క్రిమినల్ కేసు నమోదు చెయ్యటం జరుగుతుంది అన్నారు.

మధురిమ చిన్నగా సర్దుకొని కూర్చొంటూ ఏమి లేదు మేడం అన్నది. చెప్పండి, మీ సమస్య ఏమిటి?, మీకు విడాకులు ఎందుకు కావాలి? అని అడిగారు. గాయత్రీ దేవి. మధురిమ, సూర్య వైపు చూసింది.

నా భర్త నుండి నాకు విడాకులు కావాలి, నేను సూర్యని భరించలేను ...

అతని మాటలు భరించటం నా వల్ల కాదు నాకు విడాకులు కావాలి అన్నది. ఆమె చేసే పనులు నేనూ భరించలేను. నాకు విడాకులు కావాలి అన్నాడు సూర్య.

నేను ఏమి చేశాను అన్నది కోపంగా సూర్య వైపు చూస్తూ,...

అసలు నీకే నా మీద అనుమానం, నేను ఏమి చేసినా అనుమానం, నేను కొత్త చీర కడితే ఎవరికోసం చీర కట్టుకున్నావ అంటావు.

పువ్వులు పెట్టుకుంటే అబ్బో ఈరోజు పువ్వులు పెట్టుకున్నావు ఏమిటి సంగతి అంటావు.

ఫోన్ చూస్తే ఎవడితో మాట్లాడుతున్నావు అంటావు. ఇంత అనుమానం మనిషి నాకు వద్దు.

నిద్ర పోతే నేను ఆఫీస్ కి వెళ్ళిన తర్వాత హాయిగా నిద్ర పోతున్నావ అంటావు. ఒక రోజు సరదాగా ఉంటే నీకు బాగా రొమాన్స్ ఎక్కువ, నేను లేనప్పుడు ఎవరు అయినా వస్తే ఇలాగే ఉంటావా అంటావు.

ఏమిటి నీ మాటలకి అర్థం , నా వల్ల కాదు నాకు నువు ఇష్టం లేదు అన్నది ఏడుస్తూ. అవును మరి నాకు ఏదో నువు ఇష్టం ఎప్పుడూ నిన్ను పట్టుకు వెళ్ళాడతా మరి..

నాకూ ఇష్టం లేదు, నీ దెప్పుడు మాటలు నాకు ఇష్టం లేదు. మొగుడు సవాలక్ష ఆలోచనలతో ఇంటికి వస్తే ఏదో గోల, టైంకి రాలేదు, లేట్ అయింది ఎందుకు అని గొడవ.

ఒక ముద్దు లేదు ,మురిపెం లేదు. హాయిగా ముసుగు తన్ని పడుకుంటావు ఇలాంటి పెళ్ళాం నాకూ వద్దు అన్నాడు బల్ల మీద గట్టిగా కొట్టి ..

మరి నీతోనే ముద్దు, ముచ్చట లేదు అంటున్నావు ఇంకొకడితో ఉంటుందా నీ వెధవ ఆలోచనలు నువ్వు ..

నీ ఊహలకి ఎలా తోస్తే అలా ఆలోచనలు చేసి నన్ను మాటలతో బాధ పెట్టటం నీకు ఇష్టం. నీలో మార్పు రాదు, నా ఏడుపు నీకు ఆనందంగా ఉంటుంది. ఇన్ని రోజులు భరించాను. నీలో మార్పు రాదు. కొంచెం సేపు బాగుంటావు మళ్ళీ వెంటనే ఏదో గొడవ పడుతూ ఉంటావు. నా వల్ల కాదు బాబు నాకూ నువ్వ వద్దు అన్నది. సూర్య వైపు తిరిగి నమస్కారం పెట్టి.

అప్పటివరకు ప్రశాంతంగా ఉన్న వాతావరణం గంభీరంగా మారి వేడెక్కింది.

ఒక్కసారిగా ఇద్దరినీ చూసింది గాయత్రి దేవి ...

ఇద్దరు ఆపకుండా గొడవ పడుతూనే ఉన్నారు. ఒక్క దానికి, ఒక్క దానికి సంబంధం లేకుండా పోట్లాడుకుంటున్నారు.

ఆ,...నువ్వు అర్ధరాత్రి నా పక్కలోకి వస్తే నేను నీతో సరసాలు ఆడాలా, నాకు నిద్ర వస్తుంది అదే విషయం నీకు చెబితే కోపం అన్నది మధురిమ.

అలసిపోయి వచ్చిన మొగుడు ముద్దు, మురిపాలు చూస్తూ హాయిగా నాతో ఉంటే నేను నీతో గొడవ పడతానా అన్నాడు సూర్య ..

అవును నీ సరసాలకి లోటు రాకూడదు మరి అన్నది మళ్ళీ. సరసం నాకోసం మాత్రమే కాదు, మన కోసం మన ఇద్దరి సంతోషం కోసం. సుఖం నేను ఒక్కడినే అనుభవించను, నాతో పాటు నువ్వు ఆనందం పొందుతావు అన్నాడు కోపంగా.

టేబుల్ మీద ఉన్న పెన్ విసిరేసి.

గాయత్రి దేవి ఇద్దరినీ గమనిస్తూ ఉన్నారు..

ఆ పెన్ టేబుల్ మీద నుండి ఎగిరి మధురిమ బుగ్గకి గుచ్చుకుంది. చిన్న పిల్లలా గోల చెయ్యటం మొదలు పెట్టింది మధురిమ.

అయ్యో చంపేశాడు, గుచ్చేశాడు, నా బుగ్గ బొక్క పడింది అని. నిజం గానే బుగ్గ లోకి దిగింది పెన్ కొస. రక్తం కూడా వస్తుంది, అనుకొని ఆ పరిణామానికి సూర్య నిర్ఘాంతపోయాడు.

అయ్యో మధు ఏమి అయింది రా ..ఉండు నన్ను చూడని ఒక్కసారి అని బుగ్గ పట్టుకు చూసాడు. మధు ఏడుస్తానే ఉంది..

నీకు తగులుతుంది అనుకోలేదు మధు,అని కర్చీఫ్ తీసి నోటితో ఆవిరి పట్టి బుగ్గకి పెట్టాడు ..

మధురిమ వెంటనే సూర్య అని నడుము చుట్టేసి ఏడుస్తుంది.

ఏమి కాలేదులే అని తల నిమిరి, వెళ్ళేటప్పుడు హాస్పిటల్ కి వెళ్ళాం సెప్టిక్ కాకుండా ఇంజెక్షన్ చేయిస్తాను అన్నాడు, నుదుటి మీద ముద్దు పెట్టుకొని.

అతని స్పర్శకి వెంటనే మధురిమ కోపం చల్లారింది. సరే అన్నది చిన్నపిల్లలా. ఎదురుగా కూర్చొని చూస్తున్న గాయత్రి దేవి చిన్నగా నవ్వుకుంది. వెంటనే టేబుల్ మీద శబ్దం చేసింది. ఇద్దరు మళ్ళీ సర్దుకొని కూర్చొన్నారు.

ఇంకా ఏమయినా ఉన్నాయా మీరు చెప్పాలి అనుకునే విషయాలు అన్నారు గాయత్రి దేవి..

ఇద్దరు ఏమి లేవు అని తల అడ్డంగా ఊపారు.

సరే నీ సమస్య ,.

సూర్య నిన్ను అనుమానిస్తున్నారు అని చెప్పావు అంతే నా అన్నది.

అవును అన్నది మధురిమ.

చీర ఎవరికోసం కట్టుకున్నావు అని నీ భర్త అడిగితే నీ కోసమే అని చెప్పవచ్చుగా, ఇంకొకరి కోసం అనుకొని నువ్వ ఎందుకు ఊహించి గొడవ పెట్టుకోవటం, అలగటం అన్నది గాయత్రి దేవి..

అది కాదు, మేడం అనుమానంగా, అడిగితే బాధ ఎందుకు ఉందదు అన్నది కోపంగా, సూర్య వైపు చూస్తూ.

నీ కోసమే చక్కగా ముస్తాబు అయ్యాను అని చెప్పవచ్చుగా, నేను హ్యాపీ అవుతాను అన్నాడు సూర్య వెంటనే.

నేనూ అదే అంటున్నా , నీ సంతోషమే కానీ, నా సంతోషం ఆనందం ఏమి ఉండదా అన్నది మొహం మీద కొట్టినట్లు.

మళ్ళీ ఇద్దరికీ గొడవ మొదలు అయింది. సమస్య ఏమి లేకుండా చిన్న వాటికి కూడా గొడవ పడుతూ జీవితం అంతా గొడవలతో గడిపేస్తున్నారు ఇద్దరు.

గాయత్రి దేవి మళ్ళీ ఒక్క క్షణం ఇద్దరినీ చూసి మీరు పోట్లాడు కోవటం ఆపితే నేను మాట్లాడతా అన్నారు. ఇద్దరు గొడవ ఆపి మౌనంగా చూస్తున్నారు.

గాయత్రి దేవి కుర్చీలో నుండి పైకి లేచి కిటికీ దగ్గరకు వెళ్ళి కిటికీలో నుండి బయటకి చూసి, చూడండి మీకు ఒకరు అంటే ఒకరికి చాలా పిచ్చి ప్రేమ ఉంది. ఒకరు అంటే ఒకరికి గౌరవం ఉంది, అభిమానం ఉంది.

కానీ, మీకు ఒకరిమీద ఒకరికి పెత్తనం చేయాలి అనే మనస్తత్వం ఇద్దరిలోనూ ఉంది.

భార్య ,భర్తల మధ్య ఉండకూడని విషయం పెత్తనం చలాయించాలి అనుకోవడం. ఏమి మాట్లాడినా తప్పుగా ఆలోచన చెయ్యటం.

అంటే నెగిటివ్ ఆలోచన చెయ్యటం.

అది లేకుండా ఉంటే, అపూర్వమైన పూ మాలికల అల్లుకు పోతుంది మీ జీవితం....

చూడండి, మీది చాలా చిన్న సంసారం, ప్రేమని పంచితే ఆ ప్రేమ మీకు తిరిగివస్తుంది ...

మీరు ఒకరికి ఒకరు ద్వేషం, అసూయ పెంచి పోషించి మీ జీవితం పాడు చేసుకుంటున్నారు.

మనసంతా ప్రేమ నిండితే, ఎంత పెద్ద తప్పులైనా, పొరపాట్లయినా చిన్నవిగా కనిపిస్తాయి.

బలహీనమైన బంధాలైనా శాశ్వతమవుతాయి..

మనసంతా ద్వేషం నింపుకుంటే ఎంత చిన్న తప్పయినా, పొరపాట్లైనా, అతి పెద్దగా కనిపిస్తుంది.

అత్యంత బలమైన బంధమైనా దూరమవుతుంది..

మీ ఇద్దరికీ చాలా ప్రేమ ఉంది.

మధుకు చిన్న గాయం అయినా నువు తట్టుకోలేకపోయావు. నీ చిన్న ఓదార్పుకి ఆమె కరిగిపోయి నీలో ఒదిగిపోయింది.

మరి మీకు విడాకులు మంజూరు చేస్తే, దూరమై బ్రతకగలరా అన్నారు గాయత్రి దేవి.

మధురిమ వెంటనే సూర్య చేతిని గట్టిగా పట్టుకుంది. సూర్య మధురిమ చేతిని ఇంకో చేయి వేసి గట్టిగా పట్టుకున్నాడు.

మీ ప్రేమని కాదు అనుకొని, మీ మనసులో ఉన్న ఇగోకే విలువ ఇచ్చి విడాకులు మంజూరు చెయ్యమందని చెబితే ఇప్పుడే విడాకులు మంజూరు చేస్తాను,

అన్నారు వచ్చి కుర్చీలో కూర్చొని పెన్, పేపర్ తీశారు ఏదో రాయాలి అని.

సూర్య వెంటనే వద్దు మేడం నాకు విడిపోవాలని అని లేదు, మధు లేకుండా నేను ఉండలేను అని ఆమె రాస్తున్న చేతిని గట్టిగా పట్టుకొని ఆపాడు.

మధు సూర్య వైపు తిరిగి చూసింది. సూర్య కళ్లతో సైగ చేశాడు. ఆ సైగలో ఆమెకి తనమీద ఉన్న ప్రేమ కోటి రెట్లు రెట్టింపు స్థాయిలో కనిపించింది.

అవును మేడం నేను సూర్య లేకుండా బ్రతకలేను. కోపం, ఇగో మమ్మల్ని ఇంత దూరం తీసుకువచ్చింది.

సూర్య మీద ఉన్నది కోపం కాదు ప్రేమ. ఆ ప్రేమ ఎక్కువ అయి, నా ప్రేమ నాకు దూరం అవుతుంది ఏమో అని గొడవ పడుతున్న అంతే కానీ, సూర్య లేని జీవితం నాకు నరకం అన్నది మధురిమ.

సూర్య కూడా వెంటనే నిజమే, తనని ఆటపట్టించాలి, చిన్న పిల్లలా తను అల్లరి చేసి నాతో గొడవ పడితే నాకు ఇష్టం అంతే కాని ఈ గొడవ విడాకులు వరకు వచ్చి మేము దూరం అవ్వటం నేను భరించలేను అన్నాడు సూర్య.

గాయత్రి దేవి చిన్నగా నవ్వుకుంది.

ఈకాలం పిల్లలు ఏమి భరించ లేకపోతున్నారు. భార్య భర్తల అనుబంధం సన్నని దారం పోగు లాంటిది.

ప్రేమ, అనురాగం, ఆత్మీయత, అభిమానం, గౌరవం అనే సన్నని దారం పోగులతో నిండితే మదపు ఏనుగును కూడా ఆ పోగులతో బంధించవచ్చు.

అదే కోపం, ద్వేషం, అసూయ, అనుమానంతో ఉంటే, ఆ సన్నని దారం తెగిపోతుంది. ఎన్ని ముడులు వేసినా ఆ దారం ముడులు తోనే ఉంటుంది ....

అందుకే భార్య భర్తల అనుబంధం సన్నని దారంలాంటిది తెగే వరకు లాగితే ఎలా?

మీరు మళ్ళీ ఇలా గొడవ పడ్డారు అంటే ఈసారి మీకు చెప్పకుండా నేనే మీ ఇద్దరికీ విడాకులు మంజూరు చేసేస్తా సరేనా, అన్నారు గాయత్రి దేవి.

సరే మేడం మా తప్పు తెలిసింది, ఇంకా గొడవలు పడము అని గాయత్రి దేవికి చెప్పి ఇద్దరు బయటకు వచ్చారు.

దర్వాజా మీద ఒక పిచ్చుక వచ్చి వాలింది. వెంటనే ఇంకో పిచ్చుక వచ్చి పక్కన కూర్చొంది.

చల్లని వెన్నెల, వెచ్చని కౌగిలి, ఊహలు, ఆలోచనలు నిత్యం నీతోనే, నీలోనే అని ఏదో పాట పాడుతూ, వంట పూర్తి చేసింది మధురిమ.

మంచం మల్లెలతో నింపేసింది. ఫ్రెష్ గా స్నానం చేసి తెల్లని శరీర కాంతికి తగినట్లు లేత పసుపు రంగు చీర కట్టుకుంది.

సూర్య ఆఫీస్ వర్క్ చేసుకుంటూ రూంలో ఉన్నాడు ...

తను కూడా ఫ్రెష్ అయ్యి బెడ్ రూంలోకి వెళ్ళ హోయిగా పడుకోవాలి అనుకున్నాడు.

రూంలో నుండి మల్లెల వాసన మత్తు ఎక్కిస్తుంది.

ఆహ్ ఈరోజు రాత్రి జాగారమే. పిల్ల మంచి మూడ్ లో ఉన్నట్లు ఉంది. మల్లె పూల వాసన నరాలు చింపేస్తున్నాయి అనుకుంటూ, బెడ్ రూం తలుపు తీసాడు.

ఎన్ని సార్లు తీసినా డోర్ రాలేదు, మధు బెడ్ రూం తలుపు రావటం లేదు ఏమిటి అన్నాడు వంటగదిలో ఉన్న మధుతో. ఆ తలుపు తెరుచుకోదు అన్నది నవ్వుతూ

వంట గదిలో నుండి భోజనం తీసుకు వచ్చి టేబుల్ మీద పెడుతూ ..

ఆ .. ఎందుకట అన్నాడు దగ్గరికి వచ్చి కళ్ళల్లో కళ్ళు పెట్టి చూస్తూ మధు పాల రాతి శిల్పంలా ఉన్నది, ఒంటి పొర చీర పైట నుండి అందాలు ఊరిస్తున్నాయి.

ఆ చీర అంటే సూర్యకి చాలా ఇష్టం, అలా చూస్తూ ఉండిపోయాడు. ఎందుకు తెరుచుకోదు అన్నాడు మళ్ళీ.

ఎందుకు అంటే నేను లాక్ చేశాను కనుక అన్నది మధు తాళం బొడ్డులో దోపి.

ఓసి నీ, ఉందు వస్తున్న బొడ్డులో తాళం నేను తీయ్యలేనా అన్నాడు మీదకి వస్తూ.. ఆ బాగుందే, తీ చూద్దాం అని ఇల్లు అంతా పరుగు పెట్టింది మధు, ..

మధు వెనుకే సూర్య.

ఇద్దరు పరుగులో అలసి పోయి సోఫాలో పడ్డారు . సూర్య మధు మీద పడి క్షమించు,

ఇంక ఎప్పుడు గొడవ పడను అన్నాడు బుగ్గ మీద ముద్దు ఇచ్చి..

అబ్బా ......అన్నది మధు ....

అబ్బా ఏమిటే, నిజమే అన్నాడు సూర్య. అబ్బా బరువు రా బాబు అన్నది మళ్ళీ.

హో! అదా అని నవ్వి ,మధు మీద నుండి పైకి లేచి, తన భుజం పట్టుకొని పైకి లేపాడు.

సారీ అన్నది మధు కూడా. ఒట్టేసి చెప్పవా ఇంకొక్కసారి అన్నాడు సూర్య మధు వెంటనే సూర్యని కౌగలించుకొని ముద్దుల్లో ముంచి ఒట్టేసి చెబుతున్నా క్షమించు అన్నది.

వెంటనే సూర్య బొడ్డులో తాళం తీసుకొని మధుని రెండు చేతులతో ఎత్తుకొని బెడ్ రూం లోపలకి తీసుకువెళ్ళాడు ..

ఏసీ రూం, మల్లెలు, వేడి సెగలు, విరహపు జ్వాలలో ఆవిరై గమ్మత్తుగా పరవశం పొందాయి.

మనసంతా ద్వేషం నింపుకుంటే ఎంత చిన్న తప్పయినా పొరపాటైనా

అతి పెద్దగా కనిపిస్తుంది. అత్యంత బలమైన బంధమైనా

దూరమవుతుంది..

మనసంతా ప్రేమ నిండితే ఎంత పెద్ద తప్పులైనా, పొరపాట్లయినా చిన్నవిగా
కనిపిస్తాయి. బలహీనమైన బంధాలైనా శాశ్వతమవుతాయి..

శ్రావణి

పర్క పెల్లి యాదగిరి

శ్రావణి హాస్పిటల్ ల్లోంచి బయటకు వచ్చేసరికి డ్రైవర్ సిద్ధంగా ఉన్నాడు. ఒక మోస్తరుగా వర్షం కురుస్తోంది. రోడ్డు మీదకి వచ్చేసరికి వర్షం ఉధృతితో పాటుగా గాలి తీవ్రత కూడా పెరిగింది. గాలి వీస్తున్న దిశలో చినుకులు నేలని తాకుతున్నాయి. మంత్రం వేసినట్టుగా లైట్లు ఆరిపోయాయి. వాహనాలు సంధించిన అగ్ని బాణాల్లాగా సాగిపోతున్నాయి. వాచీ చూసుకుంది, తొమ్మిది దాటింది. ' ఈ పాటికి ఇంట్లో ఉండాల్సింది, డాడీ టెన్షన్ పడుతూ ఉంటాడు ' అనుకుంది. ఉరుములూ మెరుపులతో ఆకాశం యుద్ధరంగాన్ని తలపిస్తోంది. కార్ లైట్ వెలుతురులో ట్రాలీ రిక్షా ఎదురుగా వస్తూ కనపడింది. వృద్ధుడు హ్యాండిల్ ని చేతులతో పైకి లాగుతూ, సీట్ పైకి లేచి పెడల్ తొక్కుతూ ఉన్నాడు.

" అరే..పాపం! ముసలాయన, లైట్ ముఖం మీద పడుతోంది, స్లో చేసుకో " అంది.

శ్రావణి కార్ ని మరో కార్ ఓవర్ టేక్ చేసి రిక్షాని గుద్దేసి వెళ్ళిపోయింది.

"అరే..సైడుకు ఆపేసేయ్, లైట్స్ ఆన్ చేసి ఉంచు"

కారులోంచి శ్రావణీ, డ్రైవర్ దిగారు. రిక్షా రోడ్డుకు ఆవలి వైపుకు పడిపోయింది. వృద్ధుడు నడి రోడ్డు మీద పడిపోయి అరుస్తూ ఉన్నాడు. వాహనాలు హారెన్స్ చేస్తూ వెళ్ళిపోతూ ఉన్నాయి.

"మేడం వన్ నాట్ ఎయిట్ కు కాల్ చేద్దాం "అన్నాడు డ్రైవర్."

"వద్దు వద్దు! లేటవుద్ది, మనమే మన హాస్పిటల్ కు తీసుకెళదాం."

చెరో వైపు లేపుతూ ఉంటే, వృద్ధుడు ఏడుస్తూ ఉన్నాడు, జాగ్రత్తగా కారులోకి ఎక్కించారు. కార్ వెనక్కి మళ్లింది.

" తాతా! నువ్వేం భయపడకు, పెద్దగా దెబ్బలేం తగల్లేదు. నేను గవర్నమెంట్ హాస్పిటల్ డాక్టర్ని..నిన్ను అక్కడికే తీసుకెళ్తున్నాం, ధైర్యంగా ఉండు... ....."

ఫోన్ రింగయ్యింది. " డాడీ.. వచ్చేస్తాను ఇంకో గంటలో..ఒక ఆక్సిడెంట్ కేస్ ఉంది, హాస్పిటల్ లో దింపేసి వస్తాను "అంది.

వృద్ధుణ్ణి హాస్పిటల్ లో దింపేసి ఇంటికి చేరుకునే సరికి పది దాటింది. తండ్రి శేఖరయ్యకు జరిగినదంతా వివరించింది.

" మంచిపని చేశావ్ తల్లీ "అంటూ అభినందన పూర్వకంగా చూసాడు శేఖరయ్య.

" ఏమో డాడీ! ఈ మనుషులను చూస్తుంటే జాలీ, కోపం, అసహ్యం వేస్తోంది

వాడు వెధవ కార్ తో గుద్దేసి దొంగలాగా వెళ్ళిపోయాడు. సాటి మనిషి రోడ్డుమీద గాయాలతో పడి కొట్టుకుంటూ ఉంటే ఎవరి మానాన వారు వెళ్లిపోతున్నారు" నిష్ఠూరంగా అంది శ్రావణి.

" అదేం లేదమ్మా.. అందరూ చెడ్డవారు కారమ్మా నువ్వు అక్కడ లేకుంటే మరొకరు ఆ వృద్ధుడికి సాయపడే వారే.. కనీసం నూట ఎనిమిదికో ఫోన్ చేసేవారే.. మనం ఎన్ని సంఘటనల్ని చూడ్డం లేదూ"

" చాలు నీ ఉపన్యాసం, ఆ పిల్ల పొద్దంతా డ్యూటీ చేసి వచ్చింది. ఒక ఆడపిల్ల గీ వానల గింత రాత్రి ఆ ముసలొన్ని లావట్టి కార్లో వేసుకాని పోవుడు అవసరమా..నూటా ఎనిమిదికే ఫోన్ చేస్తే అయిపోవు గదా.." అంది సుజాత.

" మమ్మీ..అక్కడ క్షణం ఆలస్యమైనా ప్రాణాలు పోవొచ్చు. డాడీ కరెక్ట్ గానే చెప్పాడు, నేనే ఏదో ఉద్ధరించినట్టు మాట్లాడాను, నేను అక్కడ లేకుంటే మరొకరు సహాయ పడేవారే "అంది శ్రావణి.

తెల్లవారి శ్రావణి ఓ పీ చూస్తోంది, ఫోన్ రింగయ్యింది.

"హెలో డాడీ "

"................"

" నేనూ ఆ ముసలాయన గురించే ఆలోచిస్తున్నాను..ఓ పీ అవగానే వెళ్తాను..దాదాపుగా బానే ఉంటాడు డాడీ " మధ్యాహ్నం శ్రావణీ ఆర్థోపెడిక్ వార్డులోకి వెళ్ళింది. వృద్ధుడి కాళ్ళకి బ్యాండేజ్ వేసి ఉంది.మూలుగుతూ ఉన్నాడు.తలకి చిన్న గాయాలు ఉన్నాయి.శ్రావణిని పరిశీలనగా చూస్తున్నాడు.

" తాతా..రాత్రి కార్లో నిన్ను తీసుకు వచ్చింది నేనే తాతా "

చేతులు జోడించాడు, కన్నీళ్లు కారుతూ ఉన్నాయి. నలుగురు మహిళలు ఉన్నారు.వృద్ధురాలి వైపు చూస్తూ "ఈ దొరసాని దేవత లెక్క వచ్చింది, అమాంతం లావట్టుకొచ్చి కార్ల ఏసుకాని వచ్చింది, లేకుంటే ఏ బస్సో లారో నన్ను తొక్కి సంపు " బోరున ఏడ్చాడు.

" బాంచెను..నీ కాళ్లు మొక్కుతా మేడమూ " అంటూ వృద్ధురాలు వంగుతూ ఉంటే,

"అయ్యో..వద్దమ్మా.." అంటూ వెనక్కి జరిగింది.

మిగిలిన ముగ్గురు మహిళలు ఆశ్చర్యంగా చూస్తున్నారు.

" మా నాయనను ఆ వానల కాపాడినవ్ మేడం " అంటూ దండం పెట్టారు.

పక్క బెడ్ దగ్గర గల ఇద్దరు మహిళలు వచ్చారు.

" ఓ..ముసలవ్వ ఈ మేడం మీకు ఏమైతది.." అంది ఒకావిడ.

" ఏ..ఈ దావుకాండ్ల పెద్ద డాక్టరమ్మ కాదూ..మా ముసలాయిన టక్కరై పడి పోతే దావుకానకు ఏసుకొచ్చింది ఈ మేడమే " అంది వృద్ధురాలు.

" అయ్యో...అచ్చం మీ బిడ్డల కలిసినట్టే ఉన్నదీ..అందుకే అడిగిన"

అందరూ శ్రావణి వైపే చూసారు.

" తాతా తొందరగనే బాగవుతావు, టెన్షన్ పెట్టుకోకు" అంటూ శ్రావణి వెయ్యి రూపాయలు ఇవ్వబోయింది.

" వద్దు వద్దు! దొరసాని బాంచెను..ఈడీకే నీ రుడముల పడున్న " అంటూ వృద్ధుడు పిడుకిళ్ళు మడిచి ఛాతీకి హత్తుకున్నాడు.

" ఫర్వాలేదులే.. తాతా..ఉండనీయ " అంటూ దిండు కింద పెట్టింది.డాక్టర్ ఏమన్నాడో వివరాలు అడిగి తెలుసుకుని వెనక్కి వచ్చేసింది.

లంచ్ బాక్స్ టేబుల్ మీద ఉంచి ఫోన్ డయల్ చేసింది శ్రావణి.

" డాడీ...ముసలాయినది ఒక లెగ్ ఫ్రాక్చర్ అయింది, రాడ్ వేయాలి అన్నాడట డాక్టర్ ".

మూడు రోజులు గడిచాయి. రోజూ లాగే శ్రావణి వృద్ధుడి వద్దకి వెళ్ళింది. " దొరసాని...కాలుకు రాడ్ ఎత్తరట..నెత్తురు కావాల్నుట..నాకు అక్కరకొచ్చే నెత్తురు ఎక్కువ దొరకదట " అన్నాడు వృద్ధుడు.

" బాంచెను మేడమూ కాల్లు మొక్కుత ..ఏదన్నా ఉపాయం చెప్పు " అంటూ వృద్ధురాలు దండం పెట్టింది.

కేస్ షీట్ చూసింది. " అవును తాతా! ఈ గ్రూప్ దొరుకుడు కష్టం..మీ వాళ్లకు ఉంటుంది. వాళ్ళు ఇవ్వొచ్చుగదా.."

" ఈళ్ళె... నా బిడ్డలు..ఆళ్లకు తిండి సరింగ ఉండది.. నెత్తురు ఏందో ఒగదానికి ఏడు, ఒగదానికి ఉంక ఎంతో ఉన్నదట.. ఒగ యాల్ల ఇత్తె ఆళ్లకే అపాయమట, ఒక్క కొడుకున్నడు వాడు దొంగల్ల పోయిండు.. ఇప్పుడు జేల్ల ఉన్నడు " అంటూ కన్నీళ్లు పెట్టుకున్నాడు.

" చూద్దాం తాతా...నేను ప్రయత్నం చేసి చూస్తా..మీరు కూడా ప్రయత్నం చేసుకోండి " అంది శ్రావణి.

రాత్రి భోజనాలు చేస్తున్నప్పుడు శేఖరయ్య వృద్ధుడి గురించి అడిగాడు. శ్రావణి విషయం అంతా చెప్పింది.

" బ్లడ్ గురించి ఏమన్నావ్ తల్లీ " అన్నాడు శేఖరయ్య.

" ప్రయత్నం చేస్తాను..మీరు కూడా చేసుకోండి అన్నాను డాడీ ".

" ప్రయత్నం ఎట్లా చేస్తావ్ తల్లీ! యాడ దొరుకాలే..ఎవరిత్తరు, నువ్

డ్యూటీ చేస్తున్నావా..లేకుంటే దానాలూ ధర్మాలూ చేస్తున్నవా.. ఎందుకమ్మా ఈ గాలికి పోయేటియి తలకు ఎందుకు పెట్టుకుంటున్నవ్.. ఇంటి దాకా ఎందుకు తెస్తున్నవ్ " గొంతు పెంచి అంది సుజాత.

" అబ్బా..! మమ్మీ..ఇవన్నీ నువ్ ఎందుకు పట్టించుకుంటున్నవ్, నీకు ముందే బీ ఫీ "

" బిడ్డ గురించి తల్లి కాకుంటే పరాయిలు ఆలోచిస్తరా...బ్లడ్డు గనుక నువ్ ఇచ్చినవనుకో..నేను ఈ ఇంట్ల ఉండనే ఉండ, జాడ పత్తా లేకుంట పోత "

"మమ్మీ..బ్లడ్ ఇచ్చిన వాళ్లకు ఏమి ఇబ్బంది ఉండదు, మళ్లీ కొద్ది రోజుల్లోనే కవర్ అవుద్ది" అంటూ నవ్వింది.

"రక్తదానం చేయటం మనుషులుగా మనందరి బాధ్యత తెలుసా మమ్మీ"

సుజాత కన్నీళ్లు తుడుచుకుంటూ" నువ్ రక్తం ఇస్తానంటే నేను భరించలేను బిడ్డా..మీ తండ్రీ బిడ్డల కాల్లు మొక్కమన్నా మొక్కుతా.. ఈ దైద్రపోనికి చెప్పిచెప్పి యాష్టకొత్తా ఉన్నది, ఒగ సంబంధం చూసి ముడిపెట్టూ నాకు శాతనైనప్పుడూ..కాన్పులకు చేసుకుంటా..పిల్లలు ఇంత మొగుడు సంసారం పిల్లా జెల్లా జెంజాటం ఉంటే ఈ పిచ్చి ఆలోచనలు రావు పిల్లకూ అని చెప్పినా.." అంది.

" మమ్మీ..నాకు పెండ్లి చేసుకునే అంత ఏజ్ ఉందా...మహో అయితే ఇరవై ఆరు..నేను చిన్నగున్నప్పుడు మన పరిస్థితి ఎట్లా ఉండెనో మీరే చెప్పిండ్లు, ఆఫ్ సెట్ ప్రెస్ లు వచ్చి మన లెటర్ ప్రెస్ నడవక ప్రెస్ మిషన్లు స్క్రాప్ కింద అమ్మేసినం, మనకు తిండికే ఉండక పోవు, అప్పుడే డాడికి ఆక్సిడెంట్ అవుడూ...కాలుకు రాడ్ వేసుడూ...బ్లడ్ అవసరం పడుడూ.. ఎవరో పుణ్యాత్ముడు ఇచ్చిందు.. ఇవన్నీ మనం ఈ సమాజం నుండే పొందినం మమ్మీ.."

" పదో పర్కో సాయం చేయి బిడ్డా..నీకే సరింగా నెత్తురు లేదూ.. రేపు కని పెంచే దానవూ..నడీదు ఆడోల్లని చూస్తున్న ఎంత తిప్పలు పడుతున్నరో "

" మమ్మీ..అవన్నీ నేను చూసుకుంటా.. నేను డాక్టర్ నే కదా..మా ఫ్రెండ్స్ కొందరం కలిసి ఒక స్వచ్ఛంద సంస్థ ఏర్పాటు చేసి పేదలకు సహాయ పడాలని అనుకుంటున్నాం..నా చదువు కోసం ఎమ్మెల్యే మరి కొందరు కూడా సహాయం చేస్తేనే కదా మమ్మీ..నేను డాక్టర్ అయ్యింది..ఇంత కడుపు నిండా తింటున్నాం ఇప్పుడు ".

" నిజమే తల్లీ...ఇదే ధ్యాసల పడి పెండ్లి ఒద్దనవు కదా.."

" చ్చ.. అదేం లేదు మమ్మీ..ఒక్క టూ ఇయర్స్ గడువనీ..మమ్మీ..నువ్ ఒక వ్యక్తిని చూపిచ్చి, ఈ పెండ్లి చేసుకో అని చెప్పు..వద్దంటే అడుగు మమ్మీ"

శేఖరయ్య చప్పట్లు కొట్టాడు. " ఊ.. తల్లీ బిడ్డలు కలిసి ఆ ముసలాయినకు రక్తం ఇచ్చుడు నిర్ణయానికి వచ్చినట్టేనా " అంటూ నవ్వాడు.

" డాడీ...నువ్ ఈ టాపిక్ ని ఎక్కువ రేజ్ చెయ్యకు, మమ్మీ మూడ్ మళ్లీ మారిపోద్ది".

" అదేం లేదమ్మా..మీ మమ్మీ ఒప్పుకోవడం కష్టం..ఒక్కసారి ఒప్పుకున్నదంటే మళ్ళీ మార్పు ఉండదు.., ఒక్క మాటకు సమాధానం చెప్పు తల్లీ..హాస్పిటల్లో ఎందరినో చూస్తున్నాను..కానీ ఈ ముసలాయిన పట్ల ఎందుకింత శ్రద్ద పెడుతున్నావ్ తల్లీ.

ఆలోచించావా ఎప్పుడైనా.." అన్నాడు శేఖరయ్య.

" నిజమే డాడీ..నేను కూడా ఈ ప్రశ్నే వేసుకున్నాను..అతడికి ప్రమాదం

జరిగినప్పుడు వెనుకా ముందు ఏమీ ఆలోచించలేక పోయాను, సహాయం చేసాను. తెల్లవారి అతడిని చూడాలని కూడా అనిపించింది.. ఆ కుటుంబాన్ని చూసాక వారి పట్ల ఒక అభిమానం, శ్రద్ధా కలిగింది.. ఎంత బిజీ ఉన్నా రోజూ వెళ్ళి చూస్తున్నా..

అక్కడికి వెళ్ళానంటే మరి కొంతసేపు వారితో గడపాలని ఉంటోంది డాడీ.." అంది శ్రావణి.

" పోనీలే తల్లీ..కొందరిని చూసినప్పుడు ఏ కారణం లేకుండానే అయిష్టం ఇష్టం కలుగడం సహజమే తల్లీ.." అన్నాడు శేఖరయ్య.

" ఈ పిచ్చిపిచ్చి ఆలోచనలు మానండీ.. అడ్డమైన కలి కాలం..ఎవల్ని నమ్మేతట్టు లేదు..ఆడపిల్ల జాగర్తగా ఉండాలే " అంది సుజాత.

ఓ పీ అయిపోయాక కొన్ని పళ్ళు తీసుకొని వృద్ధుడి వద్దకు వెళ్ళింది శ్రావణి.

" అయ్యో..ఎందుకు దొరసానీ.. నా కొరకు ఎందుకింత తిప్పలు పడుతానవు " అన్నాడు వృద్ధుడు.

" అదేం లేదు తాతా..నీ కళ్ళు ఎందుకు ఉబ్బినాయా "

వృద్ధుడి కళ్ళల్లోంచి నీళ్ళు ఉబికి వస్తున్నాయి.

" అయ్యో...తాతా.." అంది శ్రావణి.

" కొడుకును సూద్దామని ఉన్నదటా, ఉన్నెక్క కొడుకు ఈ కష్టంల దగ్గర

లేకుంటాయేనని ఒక్కటే ఏడుపు ఏడ్తన్నడు...వాడు పోయి జేయిల్ల వుండే.. ములాఖత్ కు పోయి చెప్తా అనుకుంటే..

ఈన్నే ఉండబడితినీ..కొడుకును కనలే అని ఆరుగురు బిడ్డల కన్నడు... కానాకు కొడుకును కన్నడు.. గావురం చేసిండు..షేతికి రాకుంటా అయ్యిండు కొడుకు " అంది వృద్ధురాలు.

"మరీ మిగిలిన ముగ్గురు బిడ్డలేరి అమ్మా.." అంది శ్రావణి.

"ఇద్దర్ని బొందల గడ్డకు పంపినం, ఒక పిల్లను ఒగలకు సాదుక ఇచ్చినం..యాదికి చేసుకుంటే కడుపుల పేగులు అవిషిపోతయి మేడం "అంటూ ఏడ్చింది వృద్ధురాలు.

వృద్ధుడు బావురు మన్నాడు.

"అయ్యో..తాతా..ఏడ్వకు బీ పీ పెరుగుతే ఆపరేషన్ చేయరు...మళ్ళీ ఇక్కడ ఏడిస్తే కోపం చేస్తరు..ఒక్క కొడుకు లేకుంటే ఏంది తాతా..ముగ్గురు బిడ్డలు నీ దగ్గరే ఉన్నారు కదా ".

" పెరుగనియి తల్లీ... బీ పీ పెరుగనయి...నేను బతికిన దాంట్ల పాయిదా ఏమి లేదు..మస్తు పాపాలు చేసిన..ఉసురుమంటా ఆడిపిల్లన్ని సంపుకున్న..నా తల్లి మాటలు పట్టి.. నీకు ఒక్క కొడుకు ఉండాలే.. ఒక్క కొడుకు వుండాలే..ఆడి పిల్లల్ని ఒగ ఇంటికిత్తె పోతరు.. సచ్చిన్నాడు తలగోరు పట్టినీకి ఒక్క కొడుకు వుండాలే..అని పోరు పెట్టింది" కుమిలి కుమిలి ఏడ్చాడు వృద్ధుడు.

" వూ...అప్పుడు ఆగినవా.. వైసా పెదసా అన్నట్టు ఉంటివి..ఇప్పుడు అనుబగించు..ఆ గోస.." అంది వృద్ధురాలు.

"తాతా... నీ కోసం రక్తం దొరికినట్టే .." అంది శ్రావణి.

"ఎవలా పుణ్యాత్ములు దొరసానీ "అంటూ ఆశ్చర్యంగా చూసాడు వృద్ధుడు.

"అది దొరకటం కష్టం తాతా..నాది కూడా అదే గ్రూప్, నేను ఇస్తలే "

"అయ్యో..అయ్యో.." నుదురు కొట్టుకున్నాడు.

"అయ్యో...మేడం..నువ్వెందుకు ఇత్తున్నావూ..మేమేవలం నువ్వెవలు

తల్లీ..నెత్తురిచ్చుదంటే ఉత్త మాటలా..మా పాలోళ్లను అడిగితే ఇటు మొకాన ఒచ్చుడే

బందు చేసిండ్లు.. మీ అమ్మ నాయిన లొల్లి చెయ్యరా.. ఇక్కడికొచ్చి " అంది వృద్ధురాలు.

"మా అమ్మా నాన్న అలాంటి వాళ్ళు కారు, పోనీ లే అమ్మా.. మీ వాళ్లకు తెలియదు.. రక్తం ఇస్తే ఏదో అయుద్దని భయపడతారు "అంది శ్రావణి.

★★★

మధ్యాహ్నం ఒంటిగంట దాటింది. వృద్ధుడికి ఆపరేషన్ జరుగుతోంది. వృద్ధురాలూ, కూతుళ్ళూ వరండాలో కూర్చున్నారు.శ్రావణి వెళ్ళేసరికి వృద్ధురాలు ఎదురుగా వచ్చింది.

"ఇప్పుడే లోపలికి కొంట బోయిండ్రు మేడం..నిన్న పొద్దుమీకిన్నుంచి సురువు జేసిండు లొల్లి..నా కొడుకును రప్పియ్యండ్రీ.. నా కొడుకును రప్పియ్యండ్రీ అని..నేను సత్తనో బత్తనో తెలువదే..ఒక్కసారి కండ్ల సూస్కుంటా..నేను సత్తె తలగోరు పట్టనీకి ఇడిసి పెదుతరా లేదా..అని ఒక్కతే భజనా.." అంది వృద్ధురాలు.

" అయ్యో.. ఈ ఆపరేషన్ చేస్తే చనిపోతారామ్మ ..గుండె తీసి గుండె పెదుతున్నారూ..భయమే అక్కర్లేదు "

" అరిగోస మేడం..ఈ ముసలి ముండకొడుకు తోని..నేను బతికి దండుగ..వీడు కొట్టని జాగాలేదు.. నా ఒంటి మీద, మొగ పిల్లగాన్ని కంట లెవ్వని వీడూ వీని తల్లి నన్ను గోస పెట్టుకున్నరు, నెల తప్పిన్నుంచి నీల్లాదేదాకా రంపే తోని తెంపు పెట్టినట్టే...ఇద్దరి ఆడ పిల్లలకు కుత్కెల వడ్లగింజలేసి సంపిర్రు..ఆల్ల ఎనుక మల్లా ఆడిపిల్లే పుట్టింది...ఒగలు ఆలుమొగలు పిల్లలు కానోల్లు దొరికిర్రు...వాల్లకు సాదుకం ఇచ్చినం " వృద్ధురాలు కుమిలి కుమిలి ఏడ్చింది.

" తాత ఇంత చెడ్డోడు అనుకోలేదు అమ్మా..బిడ్డల్ని బాగా చూసుకుంటాడ మరి" అంది శ్రావణి.

" శీ..శీ..బిడ్డల పొట్టకు, బట్టకు ఇసారియ్యుడు..కంట్లే పెట్టుకోని పంట్లే తీత్తడు..బిడ్డల సదువనలే..ఏమైనా అడివి పనికి పొయ్యి గొడ్డు కట్టం చేసిర్రు..ఆల్ల లగ్గం కూడా చేయలేదు ముందకొడుకు.. నేనే ఆల్ల ఈల్ల కడుపులు కాల్లు పట్టుకోని.. గంతకు తగిన బొంత సూసి ముడిపెట్టిన..బిడ్డలకు ఏం సుకం లేదు..ఒంట్లే బొక్కలు తప్ప గింతంత మాంసం సుతం లేదు...కొడుకైతే వీనికంటే ఎక్కువ..వానికి లగ్గం కూడా చెయ్య..మల్లో ఆడిదాని బతుకు తెర్లు.." అంది వృద్ధురాలు.

" బిడ్డలు తాత మీదికి తిరుగబడరా.."

" అబ్బో..బిడ్డలు గోవులు..తండ్రి అంటే పానం ఇడుత్తరు.. మా నాయిన మంచిగ్గావలని దేవుల్లకు మొక్కుతున్నరు "

శ్రావణి డ్యూటీ ముగించుకాని ఇంటికి చేరుకుంది. సుజాతా ,శేఖరయ్య సోఫాలో కూర్చొని టీ వీ చూస్తున్నారు.

"ఏం తల్లీ ఏమో డల్ గా ఉన్నావు..ముసలాయనకు ఆపరేషన్ అయిందా." అన్నాడు శేఖరయ్య.

"శ్రావణి శేఖరయ్య పక్కనే కూర్చుని, భుజానికి తల ఆనించింది.ఆమె కళ్ళల్లో నీళ్ళు తిరుగుతున్నాయి.

"ఏమయ్యింది తల్లీ..ఏమయ్యింది.." అంటూ ఆమె ముఖాన్ని చేతుల్లోకి తీసుకున్నాడు.

వృద్ధురాలు మాటల్ని వివరిస్తూనే అతడి ఒడిలో తలపెట్టుకొని బోరున ఏడ్చింది శ్రావణి.

"అరె ! ఈ పిల్లకి పిచ్చి గిట్ట పెట్టిందా ఏమీ..లోకం మీద ఎన్ని జరుగుతా లెవ్..టీవీ ల చూస్తా లేమా..పేపర్ల చదువుతా లేమా..ఘోరాల్ని చూసుకుంటా ఏడుస్తరా..మనకు వీలైన సాయం చేయాలే.. ఊకోవాలే.." అంటూ ఆమె తల మీద చేయి వేసి ఓదార్చింది సుజాత.

" డాడీ..ఆడ పిల్లల గొంతుల్లో వడ్ల గింజలు వేసి చంపేటంత నీచంగా ఉందా మానవ సమాజం..స్వార్ధం, దోపిడీ, అవినీతి, లంచగొండితనం ఉండొచ్చు..

ఆడపిల్లల్ని తండ్రీ, నానమ్మ కలిసి చంపటమా.. దీన్ని భరించలేక పోతున్నా డాడీ..సమాజం అంటే అసహ్యం వేస్తున్నది డాడీ.."

" ఛీ.. పిచ్చిపిల్లా..సమాజం పట్ల అసహ్యం పెంచుకోవద్దు..ప్రేమించాలమ్మా.. ఎన్నో త్యాగాలు కూడా ఉన్నాయి..

ఎంతో మంచితనం ఉంది...ఎన్నో సేవా సంస్థలు నిస్సహాయులకు సేవలు అందిస్తానే ఉన్నాయి.. నువ్వు ముసలాయన పట్ల చేసినవి ఇవన్ని దైవత్వానికి ప్రతీకలు..సమాజంలో మంచీ చెడు.. ఈ సంఘర్షణ ఉంటూనే ఉంటుంది.."

" ముసలాయన ఆడవారి పట్ల వ్యవహరించే తీరు చాలా దుర్మార్గం..డాడీ...స్త్రీ అంటే ఎంత చులకన..ఎంత పురుషాహంకారం...నేను చేసినదంతా అపాత్ర దానమేమో అనిపిస్తున్నది."

"కొందరు మగవాళ్ళలో ఇవి పాతుకు పోవడానికి కారణాలు ఉన్నాయి తల్లీ..

కొడుకు వంశోద్ధారకుడు, వృద్ధాప్యంలో తోడుంటాడు, పున్నామ నరకం నుండి కాపాడు వాడు, సంవత్సరం అంతా సంతాప దినాలు పాటిస్తాడు, ఆస్తికి అధికారానికీ వారసుడు. వరకట్నం తెస్తాడు, వాడి అత్తింటి వారు గౌరవిస్తారు..

అంటే పుత్రుడి వల్ల ఇవన్నీ వస్తాయి. అదే ఆడపిల్ల అయితే కట్నం ఇవ్వాలి. మెట్టింటికి వెళ్లిపోద్ది, సంతాపాలు పాటించదు, అత్తింటి వారికి అణకువగా ఉండాలి..

ఈ భావనలు కొన్ని కుటుంబాల్లో ఉన్నాయి..

అందుకే ఆడపిల్ల పట్ల ఈ వివక్ష ఉంది..కానీ..ఈ ఆధునిక సమాజం వీటిని గర్విస్తూ ముందుకు పోతున్నది...ఈ మార్పును మనం స్వాగతిద్దాం.. కొంత చెడును మాత్రమే చూసి విమర్శించడం తగదు..సానుకూలంగా స్పందిద్దాం..''

'' డాడీ..అడపిల్లల్ని వద్దు అనుకునే తల్లిదండ్రుల నుండి ఆ పిల్లలని చేరదీసి పెంచే ఒక సంస్థని మా ఫ్రెండ్స్ తో కలిసి ఏర్పాటు చేస్తాను.''

'' చేయాలమ్మా..ఇప్పటికే కొందరు ఈ బాధ్యతని భుజాన వేసుకున్నారు..నువ్ చేయడం కూడా నీ బాధ్యత..''

'' అమ్మ...నిన్ను ఇంతగా కదిలించిన ఆ కుటుంబాన్ని చూడాలని ఉంది తల్లి..''

'' కొద్ది రోజుల్లో అతడు కొంచెం కోలుకుంటాడు అప్పుడు వెళ్లి చూడు డాడీ ..నేను చెపుతాను..''

వారం గడిచింది. సుజాతా ,శేఖరయ్యలు హాస్పిటల్ కు వెళ్లారు. వీరిని వృద్ధుడు వాకర్ ఫ్రేమ్ సహాయంతో నడుస్తూ ఉన్నాడు. అతడి భార్య వారిని పరీక్షగా చూస్తున్నారు.

'' సారూ..మిమ్ములనూ..అమ్మను ఇది వరకు యాడనో సూసినట్టున్నది.'' అంది వృద్ధురాలు.

'' ఎప్పుడైనా చూసారేమో..బయట '' శేఖరయ్య మాటలు తడబడ్డాయి.

''అయ్యా..నా బిడ్డని ఇదే దావుకాణాల మీకు సాదుకం ఇచ్చిన..నన్ను మర్సిపోయినవా..''

'' ఇచ్చినవ్ అయిపోయింది..ఆ ముచ్చట గిప్పుడెందుకు..''

'' అంతే అయ్యా..నా బిడ్డ ఎట్లా ఉన్నది..లగ్గం చేసినవా..ఏమన్నా పిల్లలా..''

'' అవన్నేం లేదు..ఈ హాస్పిటల్లనే డాక్టరమ్మ..రోజు నీ దగ్గరికి వచ్చేది ఆ పిల్లనే..''

వృద్ధుడు చేతులు జోడించి బోరున ఏడుస్తూ.. ''ఆయాల్లా మీరు అవుపడక పోతే..బిడ్డ పానం పీడాత తీత్తుమూ..''

'' అవును..నిజమే ప్రాణం తీత్తురు.. అంతటి ఘనులే.. మీరు..'' కటువుగానే అన్నాడు శేఖరయ్య.

" శేఖరయ్యా...నా బిడ్డలే ఈ ఆపదల నాతోటి నిలబడ్డరు...నేను కన్న మీ బిడ్డ నన్ను బతికిచ్చుకున్నది..నేను ఆడిపిల్లలను అరిగోస పెట్టుకున్న..పాపిష్టి ముండ కొడుకును.. మొగోనికంటే ఎక్కువ నా బిడ్డలు.."

" పెద్దమనిషీ.. ఊకో ఏడ్వకు..ఇప్పటికే ఆరోగ్యం బాగాలేదు "

" అయ్యా బాంచెను..నేను ఆ పిల్ల మొకం సూడలేను.. నా బిడ్డని కూడా ఎవ్వలకు చెప్పు..నువ్వు సుతం చెప్పకు.."

" మా పిల్లకు మేము సాదుకున్న ముచ్చటే ఎరుకలేదు, మేము కన్న వాళ్ళమనే ఎరుక.. ఎరుకైతే మాత్రం పిచ్చిదే అయితది " అంది సుజాత.

" మేము కూడా చెప్పం తల్లీ...నేను ఈడి కేల్లి పోయినంక...ఆ తల్లి సల్లగుండాలని దీవణార్థి ఇచ్చేటోళ్ళమే..తల్లి.., మళ్ళా మొకం సూత్తే శి.అనుగ్రి.., శేకరయ్యా.. నేను కాదనుకున్న పిల్లను నువ్ సాది సవరిచ్చి రేవుకు తెచ్చినవు..మీ ఇద్దరి పాదాలకు దండం."

అంటూ వృద్ధుడు చేతులు జోడించాడు.

శ్రావణి మరుసటి రోజు ఎప్పటి లాగే వృద్ధుడు ఉండే వార్డులోకి వెళ్ళింది. బెడ్ ఖాళీగా ఉంది. "సిస్టర్..ఈ పేషంట్..వాళ్ళెవరూ లేరూ.." అడిగింది డ్యూటీ నర్స్ ని "

" మేడం..చెప్పా పెట్టకుండా వెళ్ళిపోయారు " అంది.

అనూషా యశస్వీయం

డా॥ ఎమ్.వి.జె.భువనేశ్వరరావు

శ్రీకృష్ణ దేవరాయలు ప్రాసిన ఆముక్తమాల్యదలోని విల్లిపుత్తూరు నందలి వేదాంగనల వలే ఆ గ్రామమంతా కళకళలాడుతోంది.

డిసెంబరు నెల ముగిసి జనవరి మొదలైంది. శీతాకాలపు చలిగాలులు. దట్టమైన చీకట్లతో సాయంత్రాలు ఆహ్లాదకరంగా మారిపోయాయి. ప్రతీ ఇంటి ముందూ "ముగ్గుల సంక్రాంతి" మొదలైపోయింది. రథం ముగ్గు, రాట్నం ముగ్గు, రాముడి ముగ్గు, దేవుడి ముగ్గులతో రోడ్డంతా నిండిపోయింది. తమ ముగ్గుల చిత్రకళా నైపుణ్యంతో ఆడపడుచులంతా రంగురంగుల ప్రపంచాన్ని నడిరోడ్డు మీదే ఆవిష్కరిస్తున్నారు. చీరల కబుర్లూ, ముగ్గు ముచ్చట్లతో వారికి కాలమే తెలియడం లేదు. చలిని కూడా లెక్క చేయటం లేదు. అలాంటి ఆనంద సమయంలో కూడా అపర్ణ ఒక్కతే వాకిట్లో ఒంటరిగా, నీరసంగా ముగ్గు వేస్తోంది. నాలుగు రోజుల క్రితమే అక్క అనూష సంక్రాంతి పండుగకని ముందే వచ్చేసినా ఎందుకనో ముభావంగా ఉంటోంది.

చెంగు చెంగున గంతులేస్తూ తన హుషారుతో హడలెత్తించే అనూష అలా ఉండడం అపర్ణకే మాత్రమూ నచ్చటంలేదు.

'పెళ్లయి సంవత్సరం కూడా పూర్తి కాలేదు. అయినా అక్క ఎందుకలా అయిపోయింది.' అదే అపర్ణను తీవ్రంగా బాధపడేలా చేస్తోంది. అందుకనే తను కూడా సరదాగా గడపలేకపోతోంది. వాకిట్లోకి రమ్మని ఎన్నిసార్లు చెప్పినా, అనూష పడకగదిని వదలటం లేదు.

వారం రోజులు గడిచినా గాని ఏ మార్పూ లేదు. అపర్ణ ఇంకా ఆలస్యం చేయకూడదని భావించి, బావ యశస్వికి ఫోన్ చేసింది.

యశస్వి చాలా అందగాడు. చూడగానే ముద్దు పెట్టుకోవాలన్పించేంతటి స్ఫురద్రూపి.

"ఏయ్.... అప్పూ! ఎలాగున్నావ్? అనూ లేదా?!" ఆత్రుతగా అడిగాడు.

బావ గొంతు వినగానే "అక్క డల్ గా ఉంటోంది. నువ్వు తొందరగా వచ్చెయ్ బావా" చెప్పేసింది అపర్ణ.

"డల్ గా ఉంటోందా? ఏదీ ఫోన్ తనకివ్వు. నేను ఫోన్ చేస్తుంటే స్విచ్చాఫ్ వస్తోంది. ఛార్జింగ్ పెట్టలేదేమో అనుకున్నాను."

అపర్ణ ఫోనివ్వబోతే తల అడ్డంగా ఊపుతూ అక్కడనుండి బయటకు వెళ్లిపోయింది అనూష.

"తనిక్కడ లేదు బావా!" అబద్ధం చెప్పి ఫోన్ కట్ చేసేసింది అపర్ణ.

అనుకున్న తేదీకి వారం రోజులు ముందుగానే సూట్ కేసుతో దిగిపోయాడు యశస్వి.

కొత్తల్లుడు కాస్త ముందుగానే రావడంతో ఆనందంగా, ఆశ్చర్యంగా భావిస్తూనే ఆదరంగా లోనికి తోడ్కొని వెళ్లారు అత్తమామలిద్దరూ.

యశస్వి కళ్లు అనూష కోసం వెతికాయి.

సాయంత్రమైనా కనిపించక పోయేసరికి కంగారు పడ్డాడు. ఇల్లంతా కలియదిరిగాడు. పెరట్లో చూసాడు. మిద్దెమైకెక్కి చూసాడు. ఎక్కడా అనూష జాడలేదు.

"నీకూ, అక్కూ ఏమైనా గొడవైందా బావా?" యశస్వి ప్రక్కకి వచ్చి నెమ్మదిగా అడిగింది అపర్ణ.

"అదేం లేదు.... అలా ఎందుకు అడుగుతున్నావ్?" అదిరిపడుతూ ఆత్రుతగా ప్రశ్నించాడు.

కిలకిలా నవ్వుతూ అక్కడనుండి పారిపోయింది అపర్ణ.

యశస్వీ చూస్తుండగానే ఎవరో యువకుడి మోటారు సైకిల్ వెనుక కూర్చున్న అనూష, క్రిందికి దిగి వాకిట్లో అడుగుపెట్టింది. అనూష ఎటో చూస్తోంది. అనూషను చూడగానే యశస్వీ కళ్ళు ఆనందంతో మెరిసాయి. ఆరాధనగా, ఆర్తిగా చూసాడు ఆమె వైపు!

మొక్కుబడిగా కాస్త పళ్ళికిలించి, యశస్విని పట్టించుకోకుండా లోనికి వెళ్లిపోయింది అనూష.

జాలిగా చూస్తున్న యశస్వీ పరిస్థితికి బాధ పడ్డారంతా. అపర్ణకి అనూషపై బాగా కోపం వచ్చింది. సరాసరి వెళ్ళి నిలదీసింది.

"ఏంటే నీ వాలకం? నీ కోసమని పరుగెత్తుకుని వచ్చిన బావని కనీసం పలకరించకుండా వచ్చేసావు? ఇదేం బాగుందా?!"

"ఆయనకి నాతో ఏం పని? ఆయనకి నేను కాకపోతే బోలెడుమంది. ఊరంతా ఫ్యాన్సే." గబగబా చెప్పేసి ఏడుపు లంకించుకుంది.

ఆ వెనకే వచ్చిన యశస్వీకి ఏమీ అర్థం కాలేదు. ఆశ్చర్యపోయాడు అది విని.

అపర్ణకి తొలిసారిగా అక్క చెప్పింది నిజమేనేమోననే అనుమానం వచ్చింది. బావని చెడామడా తిట్టేసి నిజమేంటో తెలుసుకోవాలని నిశ్చయించుకుంది అపర్ణ.

"అదేంటి బాబూ! పండగకి నాలుగు రోజులు ముందుగానే వచ్చావని చాలా సంబరపడ్డాం. ఆఫీస్ నుండి ఏదో ఫోన్ వచ్చిందని చెప్పి ఇలా వెళ్లిపోవడం ఏమన్నా బాగుందా?!" గాభరాగా అడుగుతున్నారు యశస్విని అత్తమామలిద్దరూ.

ఇది చూసి అదిరిపడింది అపర్ణ. అంతలోనే తేరుకుని "అదేం కుదరదు బావా! నీవు వెళ్ళటానికి వీల్లేదంటే వీల్లేదు...." అని చెప్పి, బలవంతంగా యశస్వీ చేతిలోని సూట్ కేసును లాక్కుని లోనికి తీసుకెళ్లిపోయింది.

"అది కాదు అపర్ణా! నువ్వు చెప్పగానే అనూష కోసమనేగా వచ్చాను. తనేమో నన్ను దగ్గరకే రానివ్వడం లేదు." అమాయకంగా చెప్పాడు.

"నన్నే అక్క అని అనుకోండి. మీరేమన్నా కాదను. నాకోసం ఉండండి." బ్రతిమలాడింది.

కాదనలేక మౌనంగా ఉండిపోయాడు యశస్వీ.

"ఇప్పుడు చెప్పు బావా! అక్కకు తెలిసి, నువ్వెవరితోనైనా చనువుగా ప్రవర్తించావా? ఎందుకు నీపై అక్కకు అనుమానం కలిగిందంటావు?!"

"అదే అర్థం కావట్లేదు. ఏ అమ్మాయితోనూ కనీసం మాట్లాడి ఎరుగను. నాకు గర్ల్ ఫ్రెండ్స్ కూడా లేరు."

యశస్విని నమ్మకపోవడానికి కారణం కనిపించట్లేదు అపర్ణకి.

బయటికి ఎవరికి వారే బాగా తిరుగుతున్నా గానీ, ఏదో గ్యాప్ ఇద్దరి మధ్యా ఏర్పడిందనీ, భవిష్యత్తులో అక్కకి సమస్యలేర్పడేటట్లుగానే పరిస్థితి ఉందనీ వెంటనే అపర్ణకి అర్థమైపోయింది.

అమ్మానాన్నలకి విషయం చెప్పినా గానీ, వారు బాధ పడడం తప్ప చేసేదేమీ లేదు కాబట్టి, ఆ సమస్యని పరిష్కరించుకునే బాధ్యతను తనే తీసుకుంది. అనూషకి డైరీ రాసే అలవాటుందనే విషయం స్ఫురణకి రావడమే తడవుగా, అక్క గదిలోకి పరుగులు తీసింది అపర్ణ. అనూష బాత్రూంలోకి దూరడంతో పని మరింత సులువైంది. గబగబా అక్క బ్యాగులన్నీ వెదికింది. డైరీ దొరకనే దొరికింది. పేజీలు గబగబా త్రిప్పింది. గత కొంతకాలంగా అనూష డైరీ రాయడం లేదని అర్థమైంది. అపర్ణని ఆశ్చర్యపరుస్తూ ఓ కవరు డైరీలో నుండి జారి క్రింద పడింది. కవరుపై బావ అడ్రస్ వ్రాసి వుంది. ఎక్కడివక్కడ సర్దేసి ఉత్తరం తీసుకుని బయటకు నడిచింది. ఉత్కంఠతో లేఖ చదవనారంభించింది.

"డియర్ యశస్వీ!

మై స్వీట్ లవర్ బోయ్...

మీకున్న డబ్బు, హోదా, కారు, సిక్స్ ప్యాక్ బాడీని చూసి నేను ప్రేమించట్లేదు. మకరందం కన్నా తీయనైన మీ మనసంటే నాకిష్టం. మీ దగ్గరకు రావాలనీ, మిమ్మల్నే చూస్తూ ఉండిపోవాలనీ, మీ పెదవులపై ప్రత్యక్షమయ్యే అందమైన చిరునవ్వుని అనుక్షణం చూస్తూ ఆస్వాదించాలనీ నిరంతరం ఆలోచనలు నన్ను రెచ్చగొడుతూ ఉంటాయి. అలాంటి మీరే మా ఆయనగారు నాకు పంచి యివ్వలేని సుఖాన్ని, జాలితో నాకు చవి చూపిద్దామనేలా ప్రవర్తించడం ఆనందాన్ని, ఆశ్చర్యాన్ని కలిగించింది. మీ దగ్గర్నుండి వచ్చినప్పటి నుండి బాడీ ప్రెజెంట్, మైండ్ ఆబ్సెంట్ కండిషన్లో ఉన్నాను. కనీసం ఫోన్ చేసైనా నన్ను అప్పుడప్పుడు పలకరిస్తూ ఉండండి. వాట్సప్ లో పిక్స్ పెట్టడం మరవకండి. మీ చిరకాల నేస్తం – మంజరి"

అపర్ణ కళ్ళు బైర్లు కమ్మాయి. యశస్వికి అలా ఒకరు ఉత్తరం రాయడంలో ఆశ్చర్యపడటానికేమీ లేదు. కానీ బావ నిజంగానే ఆ అమ్మాయితో అలా ప్రవర్తించాడా

అన్నది ఆలోచించాల్సిన విషయం. అనూష అసూయ పడటానికి, అనుమానించటానికి ఇదే బలమైన కారణం.

జరిగిందేమిటో అపర్ణకు పూర్తిగా అర్థమైంది. తక్షణ కర్తవ్యం బోధపడింది. ఇంకా ఆలస్యం చేయకూడదని ఆ రాత్రి భోజన సమయంలో డైనింగ్ టేబుల్ దగ్గరే ఈ సమస్యకు ముగింపు పలికేయాలని తీర్మానించుకుంది.

"అక్కా! బావా! మీరు నన్ను క్షమించండి." అని ఇద్దరి చేతులూ పట్టుకుంది.

"...సరదా కోసం బావని ఆట పట్టిద్దామని నేను నాటకీయంగా రాసిన ఈ ఉత్తరం మీ ఇద్దరి మధ్య ఎడబాటుకు కారణమవుతుందని ఊహించలేక పోయాను. నేను చేసిన ఈ తప్పిదం సరదాల సంక్రాంతిని చప్పగా మార్చేయడమే కాకుండా, మీరిద్దరూ వేరు వేరు కుంపట్లు పెట్టుకునేటట్టు చేసేలా వుంది."

ఆశ్చర్యపోవడం అనూష వంతయింది. అపర్ణపై కోపం వచ్చినా గానీ, యశస్వి తప్పేం లేదనే భావన అనూష పెదాలపై చిరునవ్వులు చిందించేలా చేసింది. ఆ రాత్రి అనూష యశస్వి గదిలోనే పడుకుంది. యశస్విని ఇంప్రెస్ చేద్దామని అతని కిష్టమైన రేగు పండు రంగు చీర కట్టుకుంది. కనీసం ఆమెవైపు కన్నెత్తి చూడలేదు యశస్వి.

ఆ రాత్రి వృధాగానే గడిచిపోయింది

మేడమీద ఒంటరిగా ఏదో ఆలోచిస్తూ, చేతులు కట్టుకుని ఉన్న బావ దగ్గరికి చేరింది అపర్ణ.

"ఏంటి బావా! సీరియస్ గా ఆలోచిస్తున్నావ్. పండగ సమయంలో అనూషని ఎలా ఆట పట్టించాలనా?!"

ఆ పిలుపులో ఏదో వ్యంగ్యం గోచరించి, తలెత్తి చూసాడు.

"ఇంతకీ ఆ మంజరి ఎవరో చెప్పు బావా! నీ ప్రేమ వ్యవహారాలు ఇంతటితో ఆపేయ్ బావా! అనూషకి అన్యాయం చేయకు బావా...." రిక్వెస్టింగ్ గా అడిగింది.

యశస్వి గుండె దడదడలాడింది.

"నేనేదో నిన్ను రక్షిద్దామని ఆ ఉత్తరం నేనే రాశానని అబద్ధం చెప్పాను తప్పితే, నిజంగా నేను రాయలేదు బావా...." ఈసారి ఆశ్చర్యపోవడం యశస్వి వంతయింది.

"మంజరి అనే పేరు గల వారెవరూ నాకు తెలియనే తెలియదు అపర్ణా!" ఏడుపు ముఖం పెట్టేసాడు.

"ఏక్టింగ్ చెయ్యొద్దు గానీ మా అనూషను మాత్రం బాధ పడకుండా, బాధ పెట్టకుండా చూసుకోండి."

మరదలు అపర్ణ హెచ్చరిక యశస్విని భయవిహ్వలుణ్ణి చేసేసింది.

అనూషకి దూరంగా ఉండడం మంచిది కాదనిపించింది. భోగి స్నానాలు అయ్యాక, తెలతెలవారుతుండగా పిడకల దండలతో, కాయగూరల మాలలతో, భోగి కర్రలతో నులివెచ్చని మంటలో చలి కాచుకోసాగాడు. అనూష ప్రక్కనే వున్నా గానీ యాంత్రికంగానే నించున్నాడు గాని మాటామంతి కలపటం లేదు.

ఊరంతా కారులో షికార్లు చేస్తున్నాడు గాని అనూషని తనతో పాటు తీసుకెళ్లడం లేదు. పిల్లలందర్ని కారులో ఎక్కించుకుని యశస్వి బయలుదేరబోతుంటే బైక్ తీసుకుని వచ్చిన యువకుడి వెనుక కూర్చుని తుర్రుమని వెళ్లి పోయింది అనూష.

యశస్వికి విపరీతమైన కోపం వచ్చింది. వెనుకనే కారుతో వేగంగా వెంబడించాడు. ఊరు చివర చెరువుగట్టు వద్ద ఆగిందా బైక్. కారు దిగి వారి వెనుకే వెళ్లాడు యశస్వి. ఊరు జనమంతా అక్కడే వున్నారు. గాలిపటా లెగరేస్తూ పిల్లలూ, ఎడ్లపందాలు చూస్తూ పెద్దవాళ్లు సందడి సందడిగా ఉందా ప్రాంతమంతా.

తన కారుండగా, ఎవరి బైక్ పైనో అనూష రావడం, ఊరంతా అది చూడటం యశస్విని కలచివేస్తోంది. పండుగ సంబరాన్ని ఆస్వాదించ లేకపోతున్నాడు. అనూషకి ఇవేం పట్టలేదు. పెళ్లికాని బాలా కుమారి లాగే అక్కడంతా కలియ తిరుగుతోంది. రంగులరాట్నం ఎక్కింది. జెయింట్ వీల్ పైన విహరించింది. బెలూన్లు ఎగరేస్తోంది. కృష్ణమురళిని ఊది, వేణునాదం వినిపిస్తోంది. తన స్నేహితురాళ్లతో కలిసి సంక్రాంతి తనదే అన్నట్లుగా ఎగిరి గంతులేస్తోంది.

ఇప్పటిదాకా అనూషతో ఉన్న ఆ నూనూగు మీసాల యువకుడు, ఇప్పుడు కన్పించటం లేదక్కడ. ఇప్పటిదాకా తనకి దూరంగా ఉన్న అనూష, తన డల్ నెస్ ని వదిలేసి హుషారుగా ఉంది. తనేమో డల్ అయిపోయాడు. దీనంతటికీ కారణం ఆ యువకుడే. 'తను అనూషని అనుమానిస్తున్నాడా... ఆ యువకుడిపై అసూయ పడుతున్నాడా... ఇది ఈరోజే తెలుసుకోవాలి.' గట్టిగా నిర్ణయించుకున్నాడు యశస్వి.

అనూషని అడిగేద్దామని అడుగులు ముందుకేసాడు.

"బావా!" అంటూ పిలుపు వినపడింది.

స్కూటీపై అపర్ణ వేగంగా వస్తోంది. ఆశ్చర్యకరంగా ఆ యువకుడు అపర్ణ వెనుక బండిపై కూర్చుని ఉన్నాడు. అదో రకంగా చూసాడు వారివైపు.

"వీడు మా పిన్ని కొడుకు సందీప్. మా ఇంట్లో ఇద్దరం ఆడపిల్లలమే కదా! వీడే మాకు అన్నీను. మీకు పరిచయం చేయడం మరిచిపోయాను. ప్రక్క ఊర్లో ఉంటాడు." గడగడా చెప్పేసింది అపర్ణ.

తన సందేహాలకి సమాధానం, తన సమస్యకి పరిష్కారం ఏకకాలంలో లభించినట్లయింది. యశస్వి ఆనందానికి ఆకాశమే హద్దయింది.

ఒక చేత్తో అపర్ణ చేతిని, మరో చేతితో సందీప్ చేతిని పట్టుకుని, పరుగులు తీసాడు. సంబరంలో కలిసిపోయాడు. వారికి అనూష జత కలిసింది. ఉత్సాహం ఉరకలు వేసింది. ఊర్లోని సంక్రాంతి అంతా వారింట్లో చొరబడినట్లయింది.

జ్ఞాపకాల మేల్కొలుపు
ఉప్పలూరి మధుపత్ర శైలజ

ఇంటిపనంతా పూర్తిచేసుకున్న శిరీషకు ఏమీ తోచటంలేదు. క్రాంతి కాలేజీకి వెళ్ళింది. భర్త గౌతమ్ బిజినెస్ పనులమీద విజయవాడ వెళ్ళారు. పెద్ద కూతురు జ్యోతికి ఫోను చేద్దామని సెల్ చేతిలోకి తీసుకుంది. "ఈరోజు సెలవురోజు కాదుకదా! జ్యోతి కూడా తన ఆఫీసు పనితో బిజీగానే ఉంటుంది. మరిప్పుడు తాను ఫోనుచేసి, జ్యోతిని డిస్టర్బ్ చేయటం దేనికి? రాత్రికి తానే చేస్తుందిలే" అని తనకుతానే సర్దిచెప్పుకుంది.

అత్తగారు విద్యాధరి కాలంచేయటంతో ఇల్లంతా బోసిగా ఉంది. ఆమె ఉన్న రోజులలో పిల్లల కబుర్లతోనూ, ఆమె చిన్నప్పటి విశేషాలతోనూ, టివీలో వచ్చే కార్యక్రమాలతోనూ కాలం ఇట్టే గడిచిపోయేది. ఎందుకో అత్తగారు చనిపోయాక ఆమె గదిలోకి వెళ్ళటానికి కూడా తనకు మనస్సు రావటంలేదు.

క్రాంతి రికార్డ్ చేసి ఇచ్చిన పాటలను విందామని టేపురికార్డర్ను ఆన్ చేసింది శిరీష. తనకేకాక పెద్దకూతురు జ్యోతికి కూడా ఇష్టమైన 'చిత్ర'గారి గొంతు మధురాతి మధురంగా వినిపిస్తోంది. "ఏదో ఒక రాగం పిలిచిందీ వేళ, నాలో నిదురించే గతమంతా కదిలేలా.." అప్రయత్నంగా కళ్ళ వెంట ఆనందభాష్పాలు పాట తాలూకు భావాన్ని కురిపిస్తున్నాయి.

చిన్నారి జ్యోతిని ఈ పాట పాడే నిద్రపుచ్చేదాన్ని. పాపం క్రాంతికే ఓ పాటాలేదు. ఊజోలా లేదు. సోఫాలో వెనుకకు వాలిన శిరీష జ్ఞాపకాల పొదరింటి తలుపు తీసి లోపలికి వెళ్ళింది.

"ఏమే శిరిషా! ఆగవే! నేనూ వస్తున్నానుగా! ఎందుకంత స్పీడు?" అంటూ శిరీష స్నేహితురాలు రాధ వెనుకనే వస్తూ అడుగుతోంది.

"రాధా! ఇవాళ ఇంటికి త్వరగా రమ్మని ఉదయాన్నే అమ్మ చెప్పింది. రేపు కాలేజీకి సెలవు పెట్టాల్సివస్తుందేమో అన్న అనుమానం అమ్మ మాటలలో వినిపించింది. నేను తర్వాత కలుస్తా! బై.." అంటూ అప్పుడే అటుగా వచ్చిన షేర్ఆటో ఎక్కేసింది శిరీష.

శిరీష ఇంటికొచ్చేసరికి తండ్రి గోపాలరావుగారు టీ తాగుతూ కనిపించారు. గవర్నమెంట్ ఆఫీసులో పనిచేస్తున్న ఆయనకి తనతోపాటు, చెల్లెలు, తమ్ముడి బాధ్యతలున్నాయి. డిగ్రీ ఫైనలియర్ చదువుతున్న తనకు పెళ్ళి చేయాలని తీవ్ర ప్రయత్నాలు చేస్తున్నారు.

రెండురోజుల క్రితం తన కోలీగ్ దయానిధి "నీ కూతురిని నా కొడుక్కిచ్చి పెళ్ళిచేద్దాంరా గోపాలం. మన స్నేహబంధం ఇంకా గట్టి పడుతుంది" అన్నాడు.

"అమ్మాయికి చెప్పి, తన అభిప్రాయాన్ని తెలుసుకున్న తరువాత మనం ఈ విషయంలో ముందుకెడదాం" అన్నాడు గోపాలరావు.

భార్యతో సంప్రదించిన తరువాత కూతురికి చెప్పటానికే ఈ రోజు ఆఫీసు నుండి త్వరగా ఇంటికి వచ్చాడు. అందుకే కూతురిని కూడా కాలేజీనుండి తొందరగా వచ్చేయమని చెప్పింది తల్లి యశోద.

శిరీష కూడా రిఫ్రెష్ అయివచ్చిన తరువాత టీ త్రాగుతూండగా "అమ్మా! నీకో పెళ్ళిసంబంధం వచ్చిందమ్మా. నా స్నేహితుడు దయానిధిగారు నీకు కూడా తెలుసు కదా. వారి అబ్బాయి దివాకర్ పోస్ట్‌గ్రాడ్యుయేషన్ పూర్తిచేసి LICలో ఉద్యోగం చేస్తున్నాడు. అతని చెల్లెలు కూడా నీ మాదిరిగానే డిగ్రీ ఫైనల్ ఇయర్ చదువుతోంది. వాళ్ళకి ఉండటానికి సొంతఇల్లు కూడా ఉంది. నీకు సరయిన జోడు. నీవేమంటావు?" అని చెప్పి కూతురి వంక చూశాడు గోపాలరావు. శిరీష మౌనంగా కూర్చుని ఆలోచిస్తోంది.

భార్యవైపు తిరిగి "ఇది మంచి సంబంధం. జాతకాలు బాగా కుదిరినాయి. రేపు తిథి, వారం, నక్షత్రం అన్నీ వధూవరుల జాతకాల ప్రకారం బాగున్నాయట. అందుకే

వాళ్ళందరూ వచ్చి అమ్మాయిని చూసి వెడతామని చెప్పారు. మరి నేను మార్కెట్‌కు వెళ్ళి రేపటికి కావలసిన సరుకులు తీసుకొస్తాను" అని చెప్పి బయటకు వెళ్ళాడు గోపాలరావు.

"అమ్మా! నాన్నగారేమిటి? నా పెళ్ళి కోసం ఇంత త్వరపడుతున్నారు. ఇంకా రెండు నెలలలో డిగ్రీ ఫైనల్‌ఇయర్ పరీక్షలున్నాయి. పరీక్షలయ్యాక ఈ ప్రయత్నాలు మొదలుపెట్టవచ్చు కదా" అంది శిరీష.

"శిరీషా! పెళ్ళంటే ఇట్లా చూసి, అట్లా చేసేయటానికి కుదరదమ్మా. అదో పెద్ద తతంగం. ముందుగా మీ ఇరువురికి ఒకరికొకరు నచ్చాలి, ఆపై కట్నకానుకలు, ఇలా ఎన్నో దాటుకుని ముందుకెళ్ళాలి. ఇప్పుడు మొదలుపెడితే పెళ్ళి ప్రయత్నాలు సఫలం కావటానికి ఎంత సమయం పడుతుందో ఎవరికి తెలుసు?. మనమా, మధ్యతరగతి వాళ్ళం. నీ తర్వాత ఇంకా చెల్లి, తమ్ముడి బాధ్యతలు మాపై ఉన్నాయి. నాన్నగారి రిటైర్‌మెంట్‌లోపుగా ఈ పనులనుండి బయటపడితే మా శేషజీవితాలు ఆనందంగా ఉంటాయి.

ఈ సంబంధంలో అబ్బాయి తరుపువాళ్ళే ముందుకు రావటంతోను, నాన్నగారి స్నేహితులవ్వటం వల్ల మన ఆర్థిక పరిస్థితి తెలిసున్నవాళ్ళు కావటంతోను, జాతకాలు కలవటంతోనూ మనకు కొంచెం వెసులుబాటు ఉంటుంది. ముందు నీకు అబ్బాయి నచ్చాలి కదా! అందుకే రేపటి కార్యక్రమానికి నీవు అడ్డుచెప్పకు" అంది యశోద.

తల్లి మాటలు శిరీషను ఆలోచనలో పడేసాయి. "తప్పదు. అమ్మ అన్నట్లుగా మధ్యతరగతి జీవితాలలో ముందువెనుకలు కూడా ఆలోచిస్తూ అడుగేయాలి. అబ్బాయి నచ్చితేనే అన్నారుగా. ఏదయినా నాన్నగారిని బాధపెట్టకూడదు" అనుకుంటూ మనసును పెళ్ళిచూపులకుసిద్ధం చేసుకుంది శిరీష.

మరునాడు ఉదయం 11గంటలకు పెళ్ళివారొచ్చారు. పరస్పరం పరిచయాలు అయ్యాయి. దివాకర్ తల్లికి, చెల్లెలికి గోపాలరావుగారి సింప్లిసిటి నచ్చలేదు. ముభావంగా కూర్చున్నారు. ఓ ముత్యాలదండ మాత్రమే వేసుకు వచ్చిన శిరీషను చూసి తల్లీకూతుళ్ళు పెదవి విరిచారు.

కానీ దివాకర్‌కి అమ్మాయి నచ్చినట్లుగా వెలిగిపోతున్న అతని ముఖాన్ని చూస్తేనే అందరికి తెలిసిపోతోంది. శిరీష కూడా దివాకర్‌ని చూసి ఇష్టపడింది. అయితే ఆడపిల్ల కదా! గంభీరంగా ఉండిపోయింది. ఫలహారాలు తీసుకుంటూనే దివాకర్, శిరీషలు ఒకరితో ఒకరు మాటలు పంచుకున్నారు.

దయానిధిగారు "ఇక మేం వెళ్తాంరా గోపాలం. ఓ వారంలో ఏ సంగతీ కబురు చేస్తాను" అంటూ లేచారు. అంతా వెళ్ళాక, "ఏమ్మా! అబ్బాయి ఎలా ఉన్నాడు? అన్ని విధాలా మనకు అనుకూలంగా ఉన్న సంబంధమమ్మా ఇది. నీ అభిప్రాయమేమిటి? " అంటూ శిరీషను అడిగారు గోపాలరావుగారు.

"నాన్నగారూ! నచ్చటం ఒక్కటే అయితే నాకు ఈ సంబంధం ఇష్టమే. కానీ పెళ్ళి అవ్వటానికి ఇంకా చాలా అడ్డంకులుంటాయి కదా? అంది శిరీష.

"కట్నకానుకలని నీ ఉద్దేశ్యమా తల్లీ" అని అడిగారు గోపాలరావుగారు. ఔనన్నట్లుగా తలూపింది శిరీష.

"దయానిధి మనతో వియ్యమందాలని తహతహలాడుతున్నాడమ్మా. దివాకర్‌ని చూస్తే నువ్వు నచ్చినట్లుగానే కనిపిస్తున్నాడు. అందువల్ల ఈ కట్నకానుకలు పెద్దగా లెక్కలోకి రావనే నేను అనుకుంటున్నాను" అన్నారు గోపాలరావుగారు.

"మంచిదేగా! అక్కడివరకు రానీయండి" అంది నవ్వుతూ యశోద.

ఓ పదిరోజులయ్యాక దయానిధి ఆఫీసులో గోపాలరావుతో "వచ్చే ఆదివారంనాడు నీవు మా ఇంటికి వస్తే, మనం పెళ్ళి మాటలు మాట్లాడుకుందాంరా" అన్నాడు.

ఊళ్ళోనే ఉన్న బావమరిదిని వెంటబెట్టుకుని గోపాలరావుగారు దయానిధి గారింటికి వెళ్ళాడు.

చక్కని పెద్ద ఇల్లు దయానిధిగారిది. చాలా ఆధునికంగా, విశాలంగా ఉంది. ఆయనే ఎదురొచ్చి లోపలకు తీసుకెళ్ళారు. అంతా కూర్చున్నాక "అమ్మా నళినీ పెళ్ళివారొచ్చారు. కాసిని మంచినీళ్ళు, కాఫీలు తీసుకురామ్మా" అని కూతురికి చెప్పారు.

"ఏరా! మా ఇంటి గృహప్రవేశానికి వచ్చావు. మళ్ళా ఇప్పుడు ఈ పెళ్ళిమాటల పుణ్యమా అని వచ్చావు" అంటూ కబుర్లు మొదలు పెట్టారు దయానిధిగారు. ఇంతలో తల్లితో కలిసి కాఫీలు తీసుకొచ్చిన నళిని, అందరికీ అందించి తానూ కూర్చుంది.

ఆఫీసు కబుర్లు, రాజకీయాలపై విసుర్లు ఉధృతంగా నడుస్తున్నాయి మిత్రుల మధ్యన. వారి మాటలకు అడ్డువస్తూ దయానిధి భార్య "ఎందుకండీ ఈ అనవసరపు చర్చలు. అసలు విషయంలోకి రండి" అంది.

"నువ్వే అడుగమ్మా! ఆడవాళ్ళకేవో లాంఛనాలు, వేడుకలు లాంటివి ఉంటాయి కదా" అన్నాడు నవ్వుతూ గోపాలరావు.

"మా అబ్బాయి మంచి చదువు చదివాడు. లక్షణమైన ఉద్యోగం చేస్తున్నాడు. అయిదారు లక్షల కట్నం ఇస్తామంటూ ఆడపిల్లల తండ్రులు ముందుకొస్తున్నారు. కానీ మావారి స్నేహితుని కూతురు కదా అని మేము మీ సంబంధానికే మొగ్గుచూపుతున్నాం" అంటున్న ఆవిడ స్వరంలో మగపెళ్ళివారి దర్పం తొంగిచూసింది.

గోపాలరావు గుండె గుభేలు మంది. ముసుగులో గుద్దులాటలెందుకని "అమ్మా మా ఆర్ధికపరిస్థితిని మా వాడు నీకు చెప్పేఉంటాడు. శిరీష తరువాత ఇంకా నాకు ఇద్దరి పిల్లల చదువు, పెళ్ళి బాధ్యతలున్నాయి. నేను ఓ లక్ష రూపాయలు కట్నంగానూ, మరో 25 వేలు ఆడపడుచు లాంఛనాల కింద ఇవ్వగలను. పెళ్ళి కూడా ఆడంబరాలకు పోకుండా మాకున్నంతలో ఏ లోటూ లేకుండా చేస్తాం" అంటూ తన ఉద్దేశ్యాన్ని నిర్మొహమాటంగా చెప్పాడు గోపాలరావు.

దయానిధి మిత్రుడి భుజంపై చెయ్యివేసి "ఇవన్నీ ఆడవారి కనీస కోర్కెలురా" అంటూ సర్దిచెప్పాడు.

"కాదనటంలేదురా! కానీ నా పరిస్థితిని నేను చెప్పాలికదా. మీకు ఆశలు ఎక్కువ ఉండవచ్చు. నేను అందుకోలేని ఎత్తులకు ఎగురలేను. ఆపై మీ ఇష్టం. ఆలోచించి మీ నిర్ణయం చెప్పండి" అంటూ బయలుదేరి వచ్చేసారు బావమరిదితో కలిసి గోపాలంగారు.

ఇంటికొచ్చాక భార్యకి, కూతురికి అక్కడ జరిగిన విషయాలన్నీ చెప్పారు గోపాలంగారు. అన్నీ విన్న యశోద "అప్పోసొప్పో చేసి శిరీష పెళ్ళి చేస్తే...." అంటున్న ఆమె మాటలు "అమ్మా!..." అంటూ గట్టిగా అరచిన శిరీష అరుపుకి ఆగిపోయాయి.

మీరు అప్పులుచేసి, వాళ్ళడిగిన కోర్కెలను తీర్చి, నాపెళ్ళి ఘనంగా చేస్తే, అమ్మాయి గొప్పింటి కోడలయ్యిందన్న మీ సంతోషంకన్నా, అక్క పెళ్ళి కోసం మోయలేనంత అప్పులుచేసి, అవి తీర్చటానికి నాన్నగారి శక్తి చాలకపోతే మా చదువుల సంగతి, భవిష్యత్తు ఏమవుతుందోనన్న నా తోడబుట్టినవారి వేదన నా కళ్ళ ముందు కదలాడుతుంటే, నేను ఏవిధంగా ఆనందపడగలను" అంది శిరీష.

"నాకూ పరీక్షలు దగ్గరపడుతున్నాయి. అందుకే అవి పూర్తి అయ్యేవరకు మరో సంబంధం మాత్రం చూడకండి. నేను చదువుపై శ్రద్ధ పెట్టాలి" అంటూ పక్క గదిలోకి వెళ్ళిపోయింది శిరీష. పదిరోజుల తరువాత "మా వాడికి వేరే సంబంధం ఖాయం అయ్యిందిరా" అని దయానిధి చెప్పటంతో, గోపాలరావుగారి కుటుంబంలో అందరూ బాధ పడ్డారుగానీ, శిరీషకు ఎక్కువగా హాయినిచ్చింద మాట.

పరీక్షలయ్యాయి. ఒకనెలలో ఫలితాలొచ్చాయి. డిగ్రీ 1st క్లాస్‌లో పాసయ్యింది శిరీష. నగరంలోని పేరున్న పాఠశాలలో టీచర్‌గా చేరింది శిరీష. పోనీలే ఉద్యోగం చేస్తుంటే ఏమైనా మంచి సంబంధం రావచ్చని యశోద ఆనందపడింది.

శ్రావణ మాసంలో మధ్యవర్తుల ద్వారా ఓ సంబంధం వచ్చింది. పెళ్ళివారిది ఆర్థికంగా చాలా ఉన్నతమైన కుటుంబం. నగరంలో పెద్ద స్థితిమంతులని పేరున్నది. కాకుంటే పెళ్ళికొడుకు గౌతమ్‌కు ఇది రెండవ వివాహం.

మొదటి భార్యకు ఓ పాప పుట్టింది. 'జ్యోతి' అని పేరుపెట్టి అల్లారు ముద్దుగా చూసుకుంటున్నరు. విధివక్రించి తెలియని జబ్బుతో ఆమె, జ్యోతికి నాలుగేళ్ళ వయస్సులో చనిపోయింది. జ్యోతిని అమ్మమ్మ, మేనమామలు చేరదీసి అపురూపంగా చూసుకుంటున్నా, గౌతమ్ తల్లి విద్యాధరి పట్టుదలగా తన దగ్గరకు తెచ్చుకుంది. పాప కారణంగా నైనా తన కొడుకు భార్యావియోగం నుండి బయటపడి మామూలు మనిషవుతాడని కన్నతల్లిగా ఆశపడింది.

శిరీష పనిచేసే స్కూలులోనే జ్యోతి కూడా LKG చదువుతోంది. నాలుగేళ్ళ వయస్సులో పిల్లల కుండవలసిన చురుకుదనం, చలాకీతనం లేని జ్యోతి చాలా రిజర్వ్‌డ్‌గా ఎవరితోనూ కలవకుండా ఒంటరిగా ఉంటోంది. అది కనిపెట్టిన శిరీష, జ్యోతిని చేరదీసింది.

క్లాస్‌లో పిల్లలందరూ వెళ్ళిపోయాక గ్రౌండ్‌లో తమ కారు కొరకు ఎదురుచూస్తున్న జ్యోతి దగ్గరకు వెళ్ళి కాసేపు రకరకాల మాటలు చెప్పి జ్యోతి వాళ్ళ కారు డ్రైవర్ వచ్చేదాకా ఉండి, జ్యోతిని కారు ఎక్కించి టాటాచెప్పి అప్పుడు ఇంటికి వెళ్ళేది శిరీష. అలా జ్యోతి శిరీషల బంధం స్కూలులో మొదలయ్యింది. ఇప్పుడు ఈ రూపంగా మరో బంధానికి శ్రీకారం చుట్టబోతోందని తెలియదప్పటికి ఆ ఇద్దరికి.

విద్యాధరిగారికి దూరపు బంధువుల ద్వారా శిరీష విషయం తెలిసింది. పేద కుటుంబం. శిరీష, జ్యోతిల మధ్య ఏర్పడిన గురుశిష్య బంధం గురించి విన్నారు. శిరీష నీకు భార్యగా వస్తే జ్యోతికి తల్లిలేని కొరత తీరిపోతుందని, పెరిగే ఆడపిల్లకి తల్లి అండ ముఖ్యమని చెప్పి బలవంతంగా గౌతమ్‌ను ఒప్పించి పెళ్ళి ప్రయత్నాలు మొదలుపెట్టారు.

"శిరీషా! నా పేదరికం నీకిలా రెండో భార్యగా వెళ్ళే యోగం తెచ్చి పెడుతుందనుకోలేదమ్మా" అంటూ చాలా బాధ పడ్డారు గోపాలరావుగారు.

"నాన్నగారూ! మీరు బాధపడకండి. గౌతమ్‌గారి గురించి జ్యోతి చెప్పే మాటలవల్లా, వారి కారు డ్రైవర్ ద్వారాను నాకు కొంత తెలుసు. జ్యోతి నా దగ్గర చాలా సరదాగా, సొంత తల్లితో ఉన్నట్లే ఉంటూ గలగలా మాట్లాడుతుంది. అంత చక్కని పాపకు తల్లినవ్వటం నా అదృష్టమనుకుంటాను. నాకీ పెళ్ళి ఇష్టమే" అని చెప్పింది శిరీష.

"హమ్మయ్య! నువ్వే ఈ పెళ్ళికి మనస్ఫూర్తిగా ఒప్పుకున్నప్పుడు ఇంకా నాకు బాధేముంటుందమ్మా! రేపే వారింటికి వెళ్ళి అబ్బాయిని చూసి, మన అంగీకారం చెప్పివస్తాను" అన్నాడు గోపాలరావు.

అలా గౌతమ్, శిరీషల పెళ్ళయ్యింది. పెళ్ళి తంతులో నానమ్మ దగ్గర కూర్చుని, శిరీషటీచర్, డాడీ తలంబ్రాలు పోసుకుంటూంటే చప్పట్లు కొడుతూ ఆనందంగా నవ్వింది జ్యోతి. "శిరీషటీచర్ తనతోనే, తనింట్లోనే అచ్చంగా అమ్మలా ఎప్పటికీ ఉండిపోతుంది" అన్న సంతోషం ఉప్పొంగగా జ్యోతి ముఖం విరిసిన పూర్ణచంద్రబింబంలా ఉంది.

"నానమ్మా! స్కూలులో అందరికీ అమ్మలొచ్చి లంచ్ తినిపిస్తారు. కానీ నాకోసం ఎవరూ రారెందుకని?" అని తన దగ్గర ఎన్నిసార్లు బాధపడిందో ఆ పసిప్రాణం. ప్రతిసారీ తాను బాధను దిగమింగుకుని "ఆ దేవుడు తప్పక నీకోసం ఓ అమ్మను పంపిస్తాడమ్మా" అని సమాధానపరిచేదానిని. తల్లిప్రేమను కోల్పోయిన జ్యోతికి శిరీష అందించే అమ్మప్రేమ కవచంగా మారాలి. నాకా 70 వసంతాలు నిండి, ఆ దేవుని పిలుపుకై ఆత్మారాముడు అలమటిస్తున్నాడు. ఇంతకాలం జ్యోతి కోసమే బ్రతుకుతున్నాను. ఇక నా తోడు జ్యోతికి అవసరం పడకూడదు" అనుకుంటున్న విద్యాధరిగారికి ఎంతో ఆనందంగా ఉంది.

గౌతమ్ కూడా జ్యోతి ఆనందం చూసి "శిరీషను పెళ్ళిచేసుకుని మంచి పని చేస్తున్నాను" అనుకున్నాడు.

మర్నాడు వ్రతం జరుగుతున్న గదిలో శిరీష ఉన్నా పట్టనట్లుగా విద్యాధరిగారి బంధువులు, స్నేహితులు "ఈ గౌతమ్ మళ్ళీ పెళ్ళి చేసుకుని సవితితల్లిని తీసుకువచ్చి జ్యోతికి అన్యాయం చేస్తున్నాడు" అని ఒకరంటే, "కొత్తల్లో ఈ సంబరం బాగానే ఉన్నా, శిరీష కడుపున ఓ కాయ కాసిందా, ఈ పసిపిల్లకు కష్టాలు తప్పవు" అని ఒకరు, "పెదంటిపిల్ల కదా అణిగిమణిగి ఉంటుందని భ్రమపడి కోడలిగా తెచ్చుకున్న విద్యాధరి స్వయంగా బాధలను కొని తెచ్చుకుంటోంది" అని మరికొందరు రకరకాలుగా వ్యాఖ్యానిస్తున్నారు.

ఇదంతా వింటున్న శిరీష "దేవుడా! వీళ్ళనుకుంటున్న మాటలు ఏమాత్రం నిజం కాకూడదు. ప్రమాణపూర్తిగా నాకు జ్యోతిపై ఉన్న ప్రేమాపేక్షలవల్లనే ఈపెళ్ళి చేసుకున్నాను. తొందరలోనే గౌతమ్‌గారితో మనకు జ్యోతి చాలు, వేరే పిల్లలు వద్దని చెప్పేస్తాను" అని మనస్సులో గట్టిగా నిర్ణయించుకుంది.

పెళ్ళయి అప్పుడే పదిరోజులు గడిచిపోయాయి. బంధువులందరూ ఎవర్త్రోవన వాళ్ళు వెళ్ళిపోయారు. నా సెలవు కూడా అయిపోయింది. "జ్యోతితోపాటు నేను కూడా స్కూలుకెళ్ళాలి" అనుకుంటూ జ్యోతిని తయారుచేసి తానూ తయారయి కారు దగ్గరకొచ్చింది శిరీష.

ఇదంతా చూస్తున్న విద్యాధరి "ఏంటమ్మా శిరీషా! ఇంకా నీకు ఆ ఉద్యోగం ఎందుకు? మా వాడిని, జ్యోతిని చూసుకుంటే చాలు కదా" అంటూ శిరీషతో ఉద్యోగాన్ని మానిపించింది.

అప్పటినుండి జ్యోతి, శిరీషల మధ్యన ఏర్పడిన కొత్త బంధం లతలా పెనవేసుకుపోసాగింది. ఇంటిదగ్గర ఉన్నంతసేపు శిరీషను వదిలి ఒక్క క్షణం కూడా ఉండటంలేదు జ్యోతి.

పాప స్కూలుకెళ్ళగానే జ్యోతి రూంను అందమైన పువ్వులతోను, గోడలను రంగురంగుల పక్షులు, అడవి జంతువుల బొమ్మలతోను అలంకరించి సుందరంగా తయారుచేస్తోంది శిరీష. ఇదివరకంతా తండ్రిని వెంటబెట్టుకుని వెళ్ళే షాపింగ్‌లకు, స్కూలుకు, ఇప్పుడు శిరీషతోనే వెడుతోంది జ్యోతి.

శిరీష ప్రభావంతో జ్యోతి ప్రవర్తనలో కూడా ఎంతో మార్పు వచ్చింది. ప్రతి సెలవురోజున తన అమ్మమ్మతోనూ, మామయ్యలతోను ఫోనులో మాట్లాడుతోంది. స్కూలులో కూడా అందరితో కలివిడిగా ఉంటోంది. విద్యాధరికి, గౌతమ్‌కు ఇదంతా ఓ సుందర స్వప్నంలా అనిపిస్తోంది.

శిరీష పెళ్ళయి మూడు సంవత్సరాలు పూర్తయ్యాయి. జ్యోతి రెండవ తరగతికి వచ్చింది. ఓ రోజు జ్యోతి స్కూలుకు వెళ్ళిన సమయంలో విద్యాధరి గౌతమ్, శిరీషలను తన గదికి పిలిచి, "మీరు ఈ ఇంటికి ఓ వారసుణ్ణి అందివ్వాలి. జ్యోతికి తోబుట్టువు ఉండాలి. లేకపోతే జ్యోతి ఒంటరిదైపోతుంది. మీరిక ఆలస్యం చేయకండి" అంటూ చెప్పింది.

ఆమె అడిగిన వేళావిశేషమేమో శిరీష గర్భం దాల్చింది. కాన్పుకోసం శిరీషను పుట్టింటివారు తీసుకెడుతుంటే అమ్మతో నేనూ వెడతానని పేచీపెట్టి అమ్మతో కలసి వెళ్ళి ఓ రెండు రోజులు వుండి మళ్ళీ నాన్నకావాలని తిరిగి వచ్చేసింది జ్యోతి. శిరీష తిరిగి వచ్చిన తరువాత పసిపాపతో పనులు చేసుకుంటూ, జ్యోతిని చూడటం కష్టమౌతుందని ఓ ఆయమ్మను పెట్టింది విద్యాధరి.

జ్యోతికి శిరీష చేసే పనులన్నింటిని ప్రస్తుతం ఆయమ్మ చేస్తోంది. జ్యోతికి ఆమె పనులు నచ్చటంలేదు. ప్రతిదానికీ అమ్మతో ఆయమ్మని పోల్చుతూ, "నువ్వొద్దు వెళ్ళిపో" అంటూ గొడవ చేస్తోంది.

"పాపా! నీకో చెల్లో, తమ్ముడో పుడతారు. అప్పుడు ఆ పాపాయిని కూడా అమ్మే చూసుకోవాలి కదా? నువ్వు ఇలా అల్లరి చేస్తే అమ్మ ఊరుకోదు? కేకలేస్తుంది. అందుకే నువ్వు జాగ్రత్తగా బుద్ధిమంతురాలిగా ఉండాలి తెలిసిందా?" అంటూ జ్యోతిని సముదాయించటానికి ప్రయత్నించింది ఆయమ్మ.

కానీ ఆమె మాటలు జ్యోతి చిన్ని మనస్సులో అనుమానపు బీజాలుగా పడ్డాయి. అవి రోజురోజుకు పెరిగి పెద్ద వటవృక్షమంతయి, "పాపాయి పుడితే అమ్మ నన్ను పర్మనెంట్‌గా ఈ ఆయమ్మకే అప్పగించేస్తుందా? రాత్రి వేళకూడా నన్ను తన దగ్గర పడుకోబెట్టుకోదా?" అన్న ఆలోచనలతో జ్యోతి అంతరంగం కల్లోల భరితం అయ్యింది.

శిరీషకు ఏ ఇబ్బందిలేకుండా ప్రసవం అయ్యి చక్కని పాప పుట్టింది. నెలరోజులలోపే బారసాల జరుపుకుని 'క్రాంతి' అని పేరుపెట్టారు. జ్యోతికి కష్టమౌతుందని బారసాల జరిగిన మరునాడే బయలుదేరి వచ్చేసింది శిరీష.

పాపాయితో వస్తున్న శిరీషకి హారతి ఇవ్వటానికి ఆయమ్మ గుమ్మంలో నిలబడి ఉంటే, "హారతి ఎవరికోసం?" అని అడిగింది జ్యోతి.

"పాపా! మీ అమ్మ, చెల్లాయి వస్తున్నారుగా. అదిగో కారు దిగుతున్నారు. వారికే ఈ హారతి" అని ఆ వైపుగా చూపించింది.

శిరీషను చూస్తూనే ఒక్క ఉదుటున పరుగెత్తికెళ్ళి "అమ్మా!" అంటూ శిరీష కాళ్ళను చుట్టేసి చీరకొంగులో దూరిపోయి కదలనీయకుండా ఆపేసింది. చంటి పాపను భర్త చేతికిచ్చి జ్యోతిని ఎత్తుకుని ముద్దులు పెట్టుకుంది శిరీష.

"శిరీషా జాగ్రత్త! నీవింకా పచ్చిబాలింతవు. దాన్నెందుకు ఎత్తుకున్నావు? జ్యోతి, అమ్మ చంక దిగమ్మ!" అంటూ గదమాయించాడు గౌతమ్.

కళ్ళలో నీరు తిరుగుతుండగా శిరీష చేతులలోనుండి దూకి ఇంట్లోకి పరిగెత్తుకెళ్ళిపోయింది జ్యోతి.

"పాపం బెంగ పెట్టుకుందేమోనండి" అంటూ బాధ పడింది శిరీష.

ఆయమ్మ హారతిచ్చి, దిష్టి తీసింది. విద్యాధరి వచ్చి పాపనెత్తుకుని మురిసిపోయింది. శిరీషకు హాల్లో కూర్చుని తనవైపు, చంటి పాపవైపు చూస్తున్న జ్యోతి కనిపించింది. క్రాంతిని అత్తగారి దగ్గర వదిలేసి "జ్యోతీ రామ్మా మనం మాట్లాడుకుందాం" అంటూ జ్యోతి చేయందుకుని తన రూంకి తీసుకెళ్ళింది శిరీష.

ఇన్నిరోజులు అమ్మ దగ్గర లేకుంటే తాను ఎంతగా బెంగపడింది చెప్పుకొచ్చింది జ్యోతి. "అమ్మా! చెల్లిని ఉయ్యాలలో పడుకోబెట్టి, మనిద్దరం కలసి పడుకుందాం. క్రాంతి ఏడిస్తే ఆయమ్మ ఎత్తుకుని తిప్పుతుంది" అంటూ తనకి అమ్మకి మధ్య ఇంక దూరం ఉండకుండా ఏంచేయాలో చెప్తోంది.

జ్యోతి మాటలకు శిరీషకు చాలా భయం వేసింది. చంటిపాపాయినెలా చూసుకోవాలో అర్థం కావటం లేదు. జ్యోతి స్కూలుకెళ్ళి వచ్చేదాకా క్రాంతికి కావలసిన పనులన్నింటినీ తానే చూసుకునేది శిరీష. రాత్రిళ్ళు ఆయమ్మే క్రాంతిని పడుకోబెట్టుకునేది. ఆయమ్మకేదయినా పని ఉన్నాడు విద్యాధరి దగ్గర ఉండేది క్రాంతి.

రాత్రిళ్ళు తన దగ్గర జ్యోతి పడుకున్న సమయంలో "క్రాంతి చాలా చిన్న బేబీ కదా! నువ్వు చెల్లిని బాగా చూసుకోవాలమ్మా. ఇంకొన్ని రోజులు పోయాక నీ బొమ్మలిచ్చి చెల్లిని ఆడించాలి. ఇంకాస్త పెద్దయ్యాక మీ ఇద్దరూ కలసి స్కూలుకెళ్ళాలి" అంటూ చెల్లిపై ఇష్టం కలిగేలా మాటలు చెప్పేది శిరీష.

అంతా విన్న జ్యోతి "అమ్మా! నువ్వెప్పుడూ నా దగ్గరే ఉండాలి. నా తర్వాతే చెల్లి నీకు" అంటూ గట్టిగా వాదిస్తున్నట్లుగా చెప్పేది.

"భగవంతుడా! నాకు అగ్నిపరీక్ష పెట్టావుగా! కన్నతల్లినై ఉండి చిన్నారి క్రాంతిని పొత్తిళ్ళలో పడుకోబెట్టుకోలేని అశక్తురాలిని చేశావు ఎందుకయ్యా? జ్యోతికి తల్లిగా నాకింత మంచి కుటుంబాన్ని ఇచ్చావు. పెళ్ళికి ముందే జ్యోతి ఉండగా నాకు ఇక పిల్లలు వద్దనుకున్నాను. అత్తగారి మాట కాదనలేక జ్యోతికి తోబుట్టువు కావాలనే గర్భం ధరించటానికి సిద్ధమయ్యాను. జ్యోతి మనస్సులో చెల్లిపై ప్రేమ ఉదయించాలేగానీ, ద్వేషం ఛాయలు కూడా పడరాదు. అందుకే నా మనస్సును నేను గట్టి పరచుకోవాలి. నా

ప్రాధాన్యత జ్యోతికే ఇవ్వాలి. క్రాంతిని చూసుకోవటానికి ఆయమ్మ ఉందిగా! పిల్లలు పెద్దవాళ్ళయితే అన్నీ అర్థం చేసుకుంటారు" అని తనకు తాను సర్ది చెప్పుకుంది శిరీష.

జ్యోతి స్కూలుకెళ్ళిన సమయంలో క్రాంతిని తన ఒడిలోకి తీసుకుని ఆరోజుకి సరిపడినంత ప్రేమను ముద్దులరూపంలో కురిపించేది శిరీష. "కన్నతల్లీ! మీ అక్క కాస్త పెరిగి పెద్దయి, పరిస్థితులను అర్థం చేసుకునే దాకా మన ఇద్దరికీ ఈ ఎడబాటు తప్పదమ్మా. నిన్ను ఆయమ్మ చేతులకప్పగిస్తున్నందుకు ఈ తల్లిని క్షమించు" కన్నుల నీరు చిమ్మగా ఆర్తితో అనేది.

అమ్మ స్వరం విన్న క్రాంతి మంత్రముగ్ద అయి ఓ బోసినవ్వు నవ్వేది. ఆ నవ్వుల కేరింతలలో తాను కూడా తేలిక పడిన మనసుతో హాయిగా పాపాయిని గుండెలకదుముకునేది శిరీష.

ఊహ తెలిసిన దగ్గర నుండి తల్లి పరిస్థితిని అర్థంచేసుకొని అమ్మని, అక్కని బాధపెట్టకుండా మెలిగేది క్రాంతి. అక్క తల్లి దగ్గర ఉందని ఏ మాత్రం గ్రహించినా, వెళ్ళి గార్డెన్‌లో ఒంటరిగా ఆడుకునేది.

జ్యోతి మాత్రం ప్రతి విషయాన్ని క్రాంతితో పోల్చి చూసుకుంటూ, "చెల్లికి మంచి డ్రస్ కొని, నాకేమో పిచ్చి డ్రస్ కొన్నావు, నాకు కొన్న బొమ్మలు అసలేమీ బాగోలేవు. క్రాంతికి కొన్న బొమ్మలే చాలా బాగున్నాయి. నీకు చెల్ల అంటేనే ఇష్టం" అంటూ పేచీలు పెట్టేది.

క్రాంతి కూడా స్కూలుకెళ్ళటం మొదలుపెట్టింది. స్కూలులో చెల్లితో ఎలా వుంటోందోనని శిరీష బెంగపడేది. అప్పుడప్పుడు జ్యోతి క్లాస్ టీచర్‌కు ఫోన్ చేసి తన బాధనంతా చెప్పి మంచిమాటలతో జ్యోతికి నచ్చచెప్పమని ప్రాధేయపడేది.

"దసరా సెలవలకు మనం అమ్మమ్మ వాళ్ళింటికి వెడదాం" అని క్రాంతి అంటే, "వద్దు అమ్మా! మామయ్య వాళ్ళ ఊరికెళదాం. అక్కడికెళితే బీచ్‌కు వెళ్ళి ఆడుకోవచ్చు" అని రాగాలు తీసేది జ్యోతి. అదే క్రాంతి "ఈ సెలవలకు బీచ్ చూడొచ్చు, మామయ్య వాళ్ళ ఊరెళ్దాం" అంటే, "కాదు పొలంగట్ల వెంబడి తిరగొచ్చు. అందుకే అమ్మమ్మ దగ్గర కెళదాం" అని మారాం చేసేది జ్యోతి. ఇలా ప్రతి విషయంలోనూ క్రాంతికి భిన్నంగా ఉండటమే లక్ష్యంగా పెట్టుకున్నట్లుగా ఉండేది జ్యోతి ప్రవర్తన.

జ్యోతి ఇన్ని చేసినా, అక్క తనతో సరిగా మాట్లాడకపోయినా సర్దుకుపోయేది క్రాంతి. తనను ఏమన్నా పట్టించుకునేది కాదు. ఆ పసిప్రాయానికే అన్నీ తెలుసునన్నంత స్థితప్రజ్ఞత ఎలా అలవడిందో క్రాంతికి. ఆ గుణం ఒక విధంగా శిరీషకు వరమయ్యింది.

క్రాంతి పరిస్థితిని చూసి బాధపడిన గౌతమ్ ఎప్పుడన్నా, "క్రాంతి కూడా నీ కూతురేనని గ్రహించు. కాస్త దానిని కూడా పట్టించుకో" అని శిరీషను సున్నితంగా మందలించేవాడు.

జ్యోతి 10వ తరగతి మంచి మార్కులతో పాసయ్యింది. ఆ రోజున క్రాంతి తన స్నేహితులను కూడా తీసుకువచ్చి ఇల్లంతా సందడి చేసింది.

పెరుగుతున్న వయస్సు కారణం కాబోలు, జ్యోతి కాలేజీలో జేరిన తరువాత క్రాంతితో పోటీ పడటం, పోట్లాడటం మానేసింది. కానీ అమ్మ ప్రేమ మొత్తం తనకే సొంతం అనుకునేది.

కాలచక్రం గిర్రున తిరిగింది. ఇంజనీరింగ్ పూర్తిచేసిన జ్యోతి ఉద్యోగంలో కూడా చేరింది. క్రాంతి డిగ్రీకొచ్చింది.

మంచి సంబంధం చూసి జ్యోతికి ఘనంగా వివాహంచేసి అత్తవారింటికి పంపించారు. భర్తతో కలసి చెన్నైలో కాపురం ఉంటోంది. అక్కడ జ్యోతి ఆడపడుచు యువరాణిగా పెత్తనం చలాయిస్తూ, పుట్టింట్లో జ్యోతి ఎలా ప్రవర్తించేదో అలానే ఉండేది. శిరీషకు ఫోన్లో ఈ విషయం చెప్పి బాధపడేది జ్యోతి.

"జ్యోతీ! పెళ్ళయ్యాక ఆడవారికి కొన్ని సర్దుబాట్లు తప్పవు. పుట్టింటిలో జరిగినట్లుగా అత్తవారింటిలో జరగాలంటే వీలుకాదు. నేను అమ్మమ్మ ఇంటినుండి వచ్చిన తరువాత ఇక్కడ చక్కగా అందరి మనస్సును గ్రహించి మెసలినట్లుగా నీవు కూడా నడుచుకోవాలి. నేనిక్కడ నీ నానమ్మ మాట విన్నట్లుగానే మీ ఇంట్లో నువ్వు మీ అత్తగారి మాటను గౌరవించాలి. అప్పుడు మీ వాళ్ళంతా జ్యోతిని వాళ్ళమ్మ బాగా పెంచారు. మాతో కలిసిమెలిసి వుంటోంది. జ్యోతి 'మా ఇంటి మహాలక్ష్మి' అని నిన్ను మెచ్చుకుంటారు" అంటూ సుద్దులు చెప్పింది.

అప్పటినుండి జ్యోతి ప్రవర్తనలో అనూహ్యమైన మార్పులు వచ్చాయి. ఆడపడుచును సొంత చెల్లెలిగా ప్రేమించటం మొదలుపెట్టింది. అత్తమామలకు కావలసిన పనులు చేస్తూ వారికి తలలో నాలుక అయ్యింది. ఈ పరివర్తనలోనే జ్యోతికి క్రాంతి గుర్తుకొచ్చింది. "నేను చెల్లిని బాగా బాధపెట్టాను. నాకు ఎదురుచెప్పక, నేనెలా

చెపితే అది అలాగే చేసేది...” టేప్‌రికార్డర్‌లో పాట ఆగిపోయింది. శిరీష తన జ్ఞాపకాల పొదరింటి నుండి బయటకు వచ్చింది.

క్రాంతి కాలేజీనుండి వచ్చి టీ పెట్టి, తల్లికిచ్చి, ఆమెపక్కనే కూర్చుని తానూ టీ త్రాగుతోంది. “అమ్మా! అక్క ఫోను చేసిందా? పాపం తనకి ఇంటిపని, ఆఫీసుపనితో అసలు ఖాళీ ఉండటంలేదు కాబోలు. మనమే ఓ సారి అక్క దగ్గరకెళ్ళి వద్దామమ్మా” అని అడిగింది.

ఇంతలోనే ఫోను మ్రోగింది. క్రాంతి ఫోను తీసి “హలో!..” అంది.

“క్రాంతీ! నీతో తర్వాత మాట్లాడతారా. ఒక్కసారి అమ్మకు ఫోను ఇవ్వవా?” అంటూ చాలా ప్లీజింగ్‌గా అడిగింది జ్యోతి.

తల్లి లైన్‌లోకి వచ్చింది అని తెలియగానే “అమ్మా! నా చిన్నప్పుడు ఓ పాట పాడి నన్ను నిద్రపుచ్చేదానివి గుర్తుందా. తొందరలో నీవు మరలా ఆ పాటను పాడాల్సివస్తుందమ్మా” అని ఆత్రుత నిండిన గొంతుతో అంది.

“ఏమిటి తల్లీ విశేషం?” అని అడిగింది శిరీష.

“మరి మా అమ్మానాన్నలు త్వరలో మనుమణ్ణి ఎత్తుకోబోతున్నారు” అంటూ సంతోషంగా చెప్పింది జ్యోతి.

“నిజమా అమ్మా! ఎంత మంచి వార్త చెప్పావు. క్రాంతీ! ఈ మాట వినవే. నువ్వు పిన్నివి కాబోతున్నావు” అంది ఆనందంగా శిరీష. క్రాంతి ఫోను తీసుకుని “అక్కా! కంగ్రాట్స్! ఎంత మంచి వార్త చెప్పావు. నిన్ను వెంటనే చూడాలనుంది” అంది.

“ఈ వీకెండ్‌కి బావగారితో కలసి మీ దగ్గరకు వస్తున్నాను. ఆ రోజు రాత్రంతా నీ పక్కనే పడుకుని తెల్లవార్లు నీతోనే కబుర్లు చెబుతాను సరేనా? డాడీ ఫోను కలవలేదు. నువ్వే నాన్నకు ఈ విషయం చెప్పు. ఉంటాను. బై” అంటూ ఫోను పెట్టేసింది జ్యోతి.

జ్యోతి అన్నట్లుగానే ఆదివారంనాడు అమ్మ దగ్గరకు వచ్చింది. ఇక క్రాంతి హడావిడి చెప్పనలవి కాదు. జ్యోతికిష్టమైనవి అడిగి, శిరీషతో చేయించి మరి తినిపించింది.

అమ్మను, అమ్మకు సాయంచేస్తూ బొంగరంలా తిరుగుతున్న క్రాంతిని చూస్తూ “చిన్నతనంలో ఎంత మూర్ఖంగా ప్రవర్తించాను, నా మాటలతోను, చేతలతోనూ క్రాంతిని బాగా హర్ట్ చేసాను” అని తలచుకుంటున్న జ్యోతికి కన్నీరాగటం లేదు.

అక్క మనోభావాలను గమనించిన క్రాంతి "అక్కా నీ కిప్పుడు ప్రశాంతత చాలా అవసరం. మనం అలా గుడి కెళ్ళొద్దాం పద" అంటూ "బావగారూ త్వరగా తయారవ్వండి. అక్కను బయటకు తీసుకెడదాం" అని హడావిడి చేసింది క్రాంతి.

చెల్లి ఆనందం, తన పట్ల చూపిస్తున్న ప్రేమలకు పూర్తిగా చలించిపోయిన జ్యోతి, క్రాంతిని గుండెల కదుముకుని ఏడ్చింది. "సారీరా! నిన్ను చిన్నతనంలో చాలా బాధపెట్టాను. ఈ అక్కను మన్నిస్తావు కదూ?" అంటూ బేలగా అడిగింది.

"అక్కా! జీవితంలో మనం సంతోషంగా ఉండాలంటే మనకి మరుపు చాలా అవసరం తెలుసా! నీవానాడన్న మాటలను నేను అప్పుడే మర్చిపోయాను. అక్కచెల్లెళ్ళ మధ్యన 'సారీ'లుండకూడదు. సరేనా! పద మనం బావగారితో కలసి అలా తిరిగొద్దాం" అంటూ గేటు వైపు నడిచింది క్రాంతి.

అలా వెడుతున్న అక్కచెల్లెళ్ళను చూస్తూ "భగవంతుడా! ఈ ఇద్దరినీ ఇలాగే నిండు నూరేళ్ళు ఆనందంగా ఉండేలా ఆశీర్వదించు స్వామీ" అంటూ వేడుకుంది శిరీష.

అమెలియా అర్జున్

సౌజన్య రామకృష్ణ

అమెరికాలోని న్యూయార్క్ నగరం. సమయం రాత్రి 11 గంటలు దాటి మూడు నిముషాలు గడిచింది.

అర్జున్ తన ఫ్లాట్ కి వచ్చి, రూమ్ డోర్ అన్ లాక్ చేసి, షూ తీసి, ఫ్రెష్ అయ్యి కాఫీ మేకర్ లో కాఫీ కలుపుకుని కప్ చేతిలో పట్టుకుని సోఫాలో కూర్చొని వెనక్కి వాలి, కళ్ళు మూసుకున్నాడు. వేడి కాఫీ కప్ టేబుల్ మీద పెట్టాడు. రెండు గంటల ముందు తన ఆఫీస్ కొలీగ్, బెస్ట్ ఫ్రెండ్ అమెలియాతో జరిగిన సంభాషణ అతనికి గుర్తుకు వచ్చింది.

"అర్జున్...!! ఒకసారి నీతో మాట్లాడాలి. ఇట్స్ పర్సనల్. కేఫ్ కి వెళ్దామా?? "అని అడిగింది.

"ఎందుకు?? వర్క్ అయ్యాక ఫ్లాట్ కి వెళ్ళాలి. అసలు ఓపిక లేదు. టైర్డ్ అయ్యాను. "అని చెప్పాడు.

"ఒక అమ్మాయి అదీ ఒక అమెరికన్ అమ్మాయి నీతో పర్సనల్ గా మాట్లాడతాను అంటే అలా అంటావ్ ఏంటి??" అన్నది అమెలియా నొచ్చుకుని.

"సరే ఫీల్ అవ్వకు. నేను వర్క్ అయ్యాక వస్తా. వెయిట్ చేస్తావా?? అలానే కేఫ్ కి కాదు, రెస్టారెంట్ కి వెళ్దాం ?? ఐ యమ్ హంగ్రీ. కాఫీ కాదు ఏదన్నా తినాలి అని ఉంది" అని చెప్పాడు.

"సరే. నాకూ కాస్త వర్క్ పెండింగ్ ఉంది. ఇద్దరం కలిసే రెస్టారెంట్ కి వెళ్దాం." అని చెప్పి తన కేబిన్ కి వెళ్ళిపోయింది అమెలియా. ఎప్పుడూ లేనిది ఇలా కొత్తగా మాట్లాడుతున్న ఆమెని అలానే చూస్తూ ఉండిపోయాడు.

★★★

"నాకు అర్థం అవ్వతోంది ఏదో ప్లాన్ తో ఇలా పిలిచావు?? "అని అన్నాడు కుర్చీలో కూర్చొని.

"ఇది ప్లాన్ కాదు. నేను నీతో మాట్లాడాలి, చాలా ఇంపార్టెంట్ విషయం. అది విని ఓవర్ రియాక్ట్ అవ్వకుండా ప్లీజ్ నన్ను అర్థం చేసుకుని అప్పుడు సమాధానం చెప్పు" అన్నది వారి ఇద్దరికీ ఇండియన్ డిన్నర్ ఆర్డర్ ఇచ్చి.

"నన్ను అడగకుండా ఇలా ఆర్డర్ చేయడం కరెక్ట్ కాదు కదా?? "అని చెప్పిన అతని మాట ఆమె విని " అర్జున్.. నువ్వు ఏం తింటావో తెలీదా ఏంటి?? సరే నేను చెప్పేది జాగ్రత్తగా విను. గత నాలుగు ఏళ్లుగా నిన్ను చూస్తున్నాను. మనం ఇద్దరం కలిసి ఒకే యూనివర్సిటీలో చదువుకున్నాం. ఆ సమయంలో మన కాలేజీ లో ఉన్న కల్చరల్ డైవర్సిటీ వల్ల నేను ఇబ్బందిపడకపోయినా, నువ్వు ఇబ్బందిపడడం ఎన్నో సార్లు గమనించాను. నువ్వు ఇబ్బంది పడ్డావు అని తెలిశాకా నాకూ ఇబ్బందిగా అనిపించేది."

"ఇలా నేను ఎందుకు ఇబ్బంది పడుతున్నాను అని చాలా సార్లు ఆలోచించాను. నాకు అర్థం అయ్యింది ఏంటి అంటే నేను నిన్ను ఇష్టపడ్డాను. ప్రేమించాను. ఇప్పుడు కూడా నీకు నా ప్రేమ విషయం చెప్పకుండా ఉందాం అనుకున్నాను. కానీదాద్ నన్ను ఎవరికైనా కమిట్ అవ్వు, డేట్ చెయ్యి అని చెప్తున్నారు"

"నాకు అలా ఇష్టం లేదు. నా జీవితంలో పెళ్లి అనేది చాలా స్పెషల్ గా ఉండాలి. ఇలా డేట్ చేసి పెళ్లి చేసుకోవడం కంటే ఒక తెలిసిన మనిషిని ప్రేమించి అతనిని అర్థం చేసుకుని పెళ్లి చేసుకోవాలి అని అనుకుంటున్నాను. ఈ లివ్ ఇన్ రిలేషన్ షిప్ కంటే పెళ్లి చేసుకుని పెళ్లి జీవితాన్ని ఆస్వాదిద్దాం అని అనుకున్నాను. అది నీతో.!!" అని చెప్పింది. అప్పుడే వెయిటర్ వారికి ఇండియన్ ఫుడ్ సర్వ్ చేసి వెళ్ళాడు.

"ఒకే. కానీ ఇలా మన ఇద్దరం పెళ్లి చేసుకుంటే సమాజం ఏం అంటుందో తెలుసా??" అని అడిగాడు. "వాళ్ళు ఏమైనా అనుకోనివ్వు. అనుకునే వారు ఏదన్నా అనుకుంటారు. ఇది నా లైఫ్. నేను డిసైడ్ చేసుకోవాలి. నా కోరిక నువ్వే తీర్చాలి. అండ్ నేను పెళ్లి తరువాత మా పేరెంట్స్ లా ఉండాలి అని అస్సలు అనుకోవటంలేదు." అని చెప్పి అర్జున్ కళ్ళల్లోకి సూటిగా చూసింది.

ఆమె కంట్లో కన్నీళ్లు బైటకి రావడానికి సిద్ధంగా ఉన్నాయి. ఆమెని అలా చూశాక కంగారు పడిన అర్జున్, ఆమె పక్కకి తన సీట్ జరుపుకుని.. అమీ...ప్లీజ్ స్టాప్ క్రయింగ్. ఏమయ్యింది?? ఎందుకు అంత ఫీల్ అవుతున్నావు?? నేను నో అంటాను అనా??" అని అడిగాడు.

"ఎస్. ఏమో నువ్వు ఇండియన్ వి. నేను పూర్తిగా కాదు. మా పేరెంట్స్ లో ఒకరిది అమెరికా అయితే ఒకరిది ఇండియా. ప్రేమించుకున్నారు. వాళ్ళ పెళ్లి హ్యాపీగా జరిగినా రాను రాను... వారి మధ్య విభేదాలు మొదలయ్యాయి అర్జున్. అమ్మ ఇండియన్ ట్రెడిషన్స్ ఫాలో అయితే నాన్న ఏమో అమెరికన్ ట్రెడిషన్స్ కరెక్ట్ అవ్వచ్చు కదా అనేవారు. వారి దృష్టిలో ఆధ్యాత్మికత అంటే కేవలం వాళ్లు నమ్మిన దేవుడే అని అనుకునే వాళ్లు. దానివల్ల అమ్మని నాన్న గుడికి వెళ్లకుండా నిర్బంధించేశారు. దానివల్ల అమ్మకి నాన్న ఒక పెద్ద విలన్ లా కనిపించారు. వారి మధ్య ఉండాల్సిన అనుబంధం లేకుండాపోయింది. ఒకరికొకరు ఏదో బ్రతుకుతున్నాం అనేటట్టుగా బ్రతికారు."

"నాన్న క్యాంపు కి వెళ్ళినప్పుడు లేదా అవుట్ ఆఫ్ స్టేషన్ వెళ్లినప్పుడు అమ్మ గుడికి వెళ్దాం అనుకున్నా అమ్మకి డ్రైవింగ్ రాకపోవడంతో పాపం ఇంట్లోనే ఉండిపోయేది. నేను పుట్టిన తర్వాత వాళ్ళ మధ్య ఇంకా దూరం పెరిగింది. అమ్మ నాన్న కలిసి ఉంటే ఎంత బాగుంటుంది అని అనుభూతికి నన్ను దూరం చేసేశారు"

"ఆధ్యాత్మికత పేరిట నిర్బంధించడం వల్ల వివాహంలో ఉన్న అనుబంధపు చమత్కారాన్ని అమ్మ మిస్సయింది. దాని వల్ల పెళ్లి తర్వాత ఆమెకు ఉండాల్సిన అందమైన అనుభూతులని ఆమె కోల్పోయింది. దానికి తోడు ఇలా ఈ దేశంలో నివసించడం వల్ల ఇక్కడ ఉండే కల్చరల్ డైవర్సిటీ ఆమెని మరింత కుంగదీసింది. ఫలితంగా అమ్మా నాన్న విడిపోవాలి అని అనుకున్నారు."

"ఒక రోజు ఉదయం వాళ్లిద్దరూ లాయర్ దగ్గరికి వెళ్ళాలి. కానీ.. 7 గంటలైనా అమ్మ నిద్ర లేవలేదు. ఎందుకు నిద్ర లేవలేదా అని నాన్న కంగారు పడి అమ్మని నిద్ర లేపారు.అమ్మ ముందు రోజు రాత్రి నిద్ర పట్టక ఎక్కువగా నిద్ర మాత్రలు వేసుకున్నది"

"దానివల్ల ఆవిడ కోమాలోకి వెళ్ళిపోయింది. హాస్పిటల్ కి తీసుకెళ్ళే లోపే ఆవిడ ఊపిరి ఆగిపోయింది. ఇలా జరుగుతుంది అని నాన్న కూడా అనుకోలేదు. ఆ తర్వాత నాన్న చాలా రోజులు స్తబ్దుగా ఉండిపోయారు. బహుశా ఆయన చేసిన తప్పు అర్థమయి ఉండి ఉండొచ్చు. మాకు అమ్మ జ్ఞాపకం గా మిగిలిపోయింది. వారి వివాహం ఇలా అవ్వడం వల్ల నాన్న మళ్ళీ పెళ్ళి చేసుకోలేదు."

"నన్ను జాగ్రత్తగా చూసుకుంటూ ఆయన పెరిగిన కల్చర్ లోనే నన్నూ పెంచారు. నేను నాకు 18 ఏళ్లు వచ్చేవరకూ నాన్న చెప్పినట్టే విన్నాను. ఆ తర్వాత మా అమ్మ తన జీవితం గురించి నాకు తెలియాలి అని రాసిన డైరీలు చదివి చాలా బాధపడ్డాను"

"ఇండియన్స్ మీద ఒక రకమైన గౌరవం ఏర్పడింది. నాన్నకి అమ్మంటే చాలా ఇష్టం. కానీ అమ్మ నాన్న చెప్పిన మాట వింటే బాగుంటుందని అనుకున్నారు. కానీ అది ఎక్స్‌ప్రెస్ చేయడంలో తడబడ్డారు. అమ్మకి అది అర్థం కాలేదు. అందుకే నాన్నని అర్థం చేసుకోలేక పోయింది."

" నా జీవితంలోకి నువ్వు పరిచయమయ్యావు. నిన్ను చూస్తే నాకు ఎందుకో మా అమ్మ బాగా గుర్తొచ్చేది. నువ్వు స్నాక్స్ నాకు ఇచ్చినప్పుడు అమ్మంటే బహుశా ఇండియన్ స్నాక్స్ ఇలాగే చేస్తుందేమో అని ఫీల్ అయ్యే దాన్ని. మెల్లగా నీతో పరిచయం ప్రేమగా మారింది. ఇప్పటివరకూ నేను నిన్ను ప్రేమిస్తున్నాను అనే విషయం నీకు చెప్పలేదు"

"చెప్తే ఎక్కడ నువ్వు నాకు దూరమైపోతావేమోనని భయపడ్డాను. అర్జున్ నువ్వు నన్ను పెళ్ళి చేసుకుంటే నీ మతానికి మారడానికి కూడా నేను సిద్ధంగా ఉన్నాను. ఈ కల్చరల్ డైవర్సిటీని మనం అర్థం చేసుకొని ప్రేమలో ఇబ్బంది పడకుండా ముందుకు సాగుదాం. మన బంధాన్ని పెళ్ళి వరకు తీసుకెళ్ళి ఎన్నో అనుభూతులని సొంతం చేసుకొందాము. అలానే మన బంధాన్ని బలంగా ఉంచుకోవడం కోసం మనం ఎంతవరకు ట్రై చేయగలమో చూద్దాం" అని చెప్పింది అమెలియా.

అర్జున్, అమెలియా ఇద్దరూ తినడం పూర్తి చేశారు. నాకు కొంచెం టైం ఇవ్వ అని చెప్పి అమెలియాకి ఒక చిన్న హగ్ ఇచ్చి తన ఫ్లాట్ కి వెళ్ళే ముందర అమెలియాని తన ఇంటి దగ్గర డ్రాప్ చేసి అప్పుడు తన ఫ్లాట్ కి వచ్చేశాడు.

★★★

ఐ లవ్ యు అర్జున్ .. ఈ మాటలు పదే పదే అతని చెవుల్లో మారుమోగుతున్నాయి. అసలు తను నాకు ప్రపోజ్ చేయడం ఏంటి?? నన్ను అంతగా గమనించిందా?? నన్ను పెళ్ళి చేసుకుంటే తను అంత సెక్యూరిడ్ గా ఎలా ఫీలవుతుందనుకుంది?? ఇప్పుడు నేను

అమెలియా ని పెళ్లి చేసుకుంటాను అని చెప్తే నా పేరెంట్స్ ఏమనుకుంటారో??" అని ఆలోచిస్తూ టేబుల్ మీద ఉన్న కాఫీ ని తీసుకొని సిప్ చేశాడు.

"ఐ థింక్ షి రియల్లీ మిస్ హర్ మదర్. ఆమె ని పెళ్లి చేసుకుంటే మాత్రం తన అభిప్రాయాలని గౌరవిస్తూ మా ఇద్దరి మధ్య వచ్చే సాంస్కృతిక భిన్నత్వాన్ని అర్థం చేసుకొని మా ప్రేమలో ఇబ్బందులు రాకుండా ముందుకు సాగాలి. తను కోరుకున్న అందమైన అనుభూతులను తనకి ఇవ్వాలి. పెళ్లి తరువాత ఎప్పుడైనా డిఫికల్టీస్, డిఫరెన్స్ వచ్చినా మేము కూర్చొని మాట్లాడుకొని ఆ డిఫికల్టీస్ ని ఓవర్ కం చేయాలి" అని అనుకున్నాడు అర్జున్.

ఇండియాలో ఉన్న తన అమ్మ కి కాల్ చేశాడు..

"అమ్మా!... ఇప్పుడు నేను చెప్పబోయే విషయం విని నువ్వు నో చెప్పకూడదు సరేనా??" అని అడిగాడు.

"నీ మాటల్లో ఏదో తేడా ఉంది అర్జున్. ఎవరినన్నా ప్రేమించావా?? ఒక ఇండియన్ ని ప్రేమిస్తే ఫరావాలేదు. అదే ఒక అమెరికన్ ని కనుక నువ్వు ప్రేమించి ఉన్నట్లయితే ఆలోచించాలి. కొన్నేళ్ళ క్రితం ఇలాగే చదువుకోడానికి వెళ్లిన మీ అత్తయ్య ఒక అమెరికన్ ని ప్రేమించి పెళ్లి చేసుకుంది. ఏం జరిగిందో తెలియదు వాళ్లకి ఒక పాప పుట్టిన తర్వాత గొడవలు వచ్చాయి అని నాన్న చెప్పారు. కానీ ఒకరోజు మీ అత్తయ్య భర్త ఫోన్ చేసి అత్తయ్య మనకు ఇక లేదు అని చెప్పేశాడు"

"ఇప్పటికీ మీ నాన్న అది తలుచుకుని బాధపడుతూ ఉంటారు. అనవసరంగా ఒక అమెరికన్ కిచ్చి పెళ్లి చేశాము అని అనుకుంటూ ఉంటారు." అన్నది.

"అమ్మ ఏం మాట్లాడుతున్నావు?? నాన్న చెల్లెలు చనిపోయింది అన్నావు కదా ఆమె ప్రేమించింది ఒక అమెరికన్ నా?? అందుకేనా నాన్న నేను అమెరికా వెళ్లి చదువుకుంటాను అంటే వద్దు అని భయపడింది. అమ్మ నేను ఇప్పుడు ఒక మాట చెప్తాను. నేను ప్రేమించిన అమ్మాయి పేరు అమెలియా.

తన అమ్మ ఇండియన్ అయితే తన నాన్న అమెరికన్. కానీ అమెలియా వాళ్ళ అమ్మగారు తను చిన్నప్పుడే చనిపోయారు. బహుశా అమెలియా ఎవరో కాదు అత్తయ్య కూతురేమో అని చెప్పాడు ఎక్సయిట్ అయ్యి."

"అమెలియా?? నాకు తెలిసినంత వరకు అత్తయ్య కూతురు పేరు కూడా అదే అని చెప్పినట్టు గుర్తు. అంటే అనుకోకుండా ఇండియన్ బావని, అమెరికన్ మరదలు

ఇష్టపడింది. మీరిద్దరు పెరిగిన కల్చర్స్ వేరైనా కూడా కలిసి కలకాలం ఉంటాం అని అనుకున్నాకే పెళ్ళి చేసుకోండి. అత్తయ్య విషయంలో జరిగిన తప్పులు మీరు చేయకండి". అని చెప్పింది రమ.

"తప్పకుండా అమ్మ .నేను అదే అనుకుంటున్నాను. ఒక బంధం మొదలు పెట్టాక నేను చెప్పిందే నువ్వు వినాలి అని అనుకోకుండా నేను ఇలా అనుకుంటున్నాను.. నీకు అది ఇష్టమేనా?? అని అడిగితే ఆ బంధం ఇంకా అందమైన అనుబంధంగా మారుతుంది కదా??" అని అన్నాడు.

కొన్ని రోజుల తర్వాత ...

రాజస్థాన్ లో ఒక అందమైన ప్యాలెస్ లో అమెలియా, అర్జున్ ఎంగేజ్మెంట్ నిర్ణయించారు. ఎంతోమంది అమెరికన్స్, ఇండియన్సే కాకుండా ఇతర దేశాలకు చెందిన వాళ్ళు అమెలియా , ఇంకా అర్జున్ ఫ్రెండ్స్ హాజరయ్యారు.

"ఇక్కడ సీత ఉండి ఉంటే చాలా బాగుండేది. ఇలా తన అమెలియా ఒక ఇండియన్ ని అదీ తన సొంత అన్నయ్య కూతురుని పెళ్ళి చేసుకుంది అని తెలిస్తే ఎంతో సంతోషించేది" అని చెప్పాడు పీటర్ చెమ్మగిల్లిన కళ్లతో.

"సీత భౌతికంగా మన మధ్య లేకపోయినా, తన ఆశీర్వాదం మనతోనే ఉంటుంది" అని పీటర్ ని దగ్గరికి తీసుకున్నారు రఘు.

"అర్జున్.! అమెలియా అని నేను పేరు పెట్టాను. నీకు నచ్చకపోతే తన పేరుని మార్చుకోవచ్చు" అని చెప్పాడు పీటర్.

"అంకుల్..!! తన పేరు ఎలా ఉండాలి అనేది నేను తనకే వదిలేశాను. మీరందరూ మా పెళ్ళికి ఒప్పుకున్నారు. అందుకు నాకు చాలా హ్యాపీగా ఉంది" అని చెప్పాడు.

అప్పుడే వారు ఇద్దరూ కట్ చేయడానికి ఒక కేక్ ని తీసుకొని వచ్చారు. దాని మీద అందంగా 'అమెలియా అర్జున్' అని రాసి ఉంది.

"డాడ్...!! నాకు మీరు పెట్టిన పేరు పక్కనే అర్జున్ పేరుని కలుపుకొని అమెలియా అర్జున్ గా మారతాను" అని అన్నది పీటర్ ని హత్తుకుని.

వారు ఇద్దరూ కేక్ కట్ చేశారు.. ఉంగరాలు మార్చుకున్నారు.

అందమైన జంటని వచ్చిన అతిథులు సంతోషంగా ఉండాలని దీవించారు. మరి కొన్ని రోజుల్లో వారి వివాహం అమెరికాలో జరుగబోతోంది.!!